Cõi Người Ở Lại

Cõi Người Ở Lại
Truyện **Nguyễn Viện** (2024)
Tác giả giữ bản quyền
Tranh bìa: Nguyễn Trọng Khôi
Trình bày: Nguyễn Cát Uyển

nguyễn viện

CÕI NGƯỜI Ở LẠI

phiên bản mới

Nhân Ảnh
2024

NHỮNG CON MÈO LANG CHẠ GIỮA LƯNG CHỪNG NGỌN GIÓ

1.

Thức dậy giữa một cơn mơ dang dở, tôi với tay cầm ly nước trên bàn đầu giường, uống một ngụm, dường như mùi nàng còn vương vất. Giấc mơ ấy dường như thật. Có thể đến chết tôi vẫn không nguôi bị ám ảnh bởi cái mùi nồng đượm lúa chín trên thân thể nàng.

Đêm trở nên mơ hồ.

Có phải tôi đã cầm bàn tay mỏng manh dịu dàng của Đồng Xanh bởi một thầm kín nào thôi thúc? Có phải tôi đã ôm hôn tha thiết Đồng Xanh như tận cùng của những thanh xuân đang tan biến?

Quán rượu vắng và điệu Jazz ngật ngừ. Đồng Xanh là một giấc mơ bát ngát. Tôi hụt hơi trong khoảng trống của sự im lặng trên cánh đồng đầy hơi men đó. Và tôi biết sẽ một lần nữa thất bại trước một cô gái kiêu hãnh lạnh lùng. Nhưng sự ngưỡng vọng của tôi với Đồng Xanh như kẻ thành tín trước chân lý, say đắm và bất khả vãn hồi.

Văn nói về một bầu trời xanh thẳm như suy niệm về cái chết và kinh nghiệm cận tử. Tôi nói về tình yêu và sự khát khao tình dục như nguyên ủy cội nguồn sự sống. Đồng Xanh ngồi giữa những câu chuyện ấy và lún trong cát.

Văn gọi thêm rượu. Đồng Xanh cũng uống thêm một ly.

Đồng Xanh nói, người em yêu quí nhất trên đời đã chết sau một cuộc cãi nhau với mẹ. Cậu uống thuốc trừ sâu. Có thể vì cậu đã quá yêu mẹ và thất vọng về mẹ, sau khi mẹ lấy người chồng thứ ba.

Và em bỏ nhà đi.

Bỏ đi là một giấc mơ hào hùng nhất mà tôi nghĩ tôi cần phải làm. Nhưng người ngược ngạo là tôi lại không thể bỏ đi. Một bi kịch buồn thảm và vô vọng. Tôi lê lết cuộc sống này một cách thừa thãi.

Đồng Xanh nói, nhưng đừng lo cho em. Em không phải là một cô bé trầm cảm tội nghiệp. Em thích sự cô độc. Cần cô độc.

Một bức tường thành băng giá vừa được dựng lên bao kín Đồng Xanh. Tôi là kẻ đứng ngoài.

Đồng Xanh kể, cậu nói với mẹ trước khi chết, tôi không tha thứ cho chị cũng như chồng chị. Em biết cậu nói thế không phải chỉ vì tức giận việc ông dượng dụ dỗ mẹ bán nhà của ông bà ngoại, rồi mua nhà khác như một thủ đoạn cướp đoạt, từ tài sản riêng tiền hôn nhân sang tài sản chung của vợ chồng, mà cậu lo cho em. Nhưng em không hiểu tại sao cậu tự tử. Tại sao cậu không giết dượng như em nghĩ, sau khi biết ông dượng tán tỉnh em.

Tôi nói, giết người cũng không phải chuyện dễ.

Đồng Xanh bảo, nhưng sao cậu lại tự giết mình được?

Tôi không biết. Tôi không phải người trong cuộc. Tôi không thể tự diễn giải về hành động của người khác.

Văn nói, điều ý nghĩa nhất mà Chúa đã làm là chịu chết. Tôi bảo điều quan trọng nhất là Chúa đã sống như một con người.

Dường như đêm là thứ không thật. Mùi rượu nồng nàn trong miệng Đồng Cỏ làm tôi ngây ngất và tôi sẽ không bao giờ quên nó. Tôi mút lưỡi Đồng Cỏ và uống nước bọt của nàng.

Nhưng Đồng Xanh nói, có lần em phải bắt tay một người khác, khi về em phải tắm lại dù lúc đó đã giữa đêm và trời rất lạnh. Không ai đụng được vào người em.

Tuy nhiên, trong quán rượu tôi đã nắm tay Đồng Xanh và hôn tha thiết bàn tay thon dài mềm mại của nàng. Trên đường về, tôi cũng đã ôm Đồng Xanh như cách tôi từ biệt một nỗi niềm xa vắng.

Nhưng Đồng Xanh bảo em không phải là người yêu của anh.

Ở một nơi xa hơn, Đồng Cỏ nói em thương anh và em lúc nào cũng muốn có anh trong đời. Dù vậy, giữa lòng đồng cỏ mênh mông, một gã đàn ông khác đang vun trồng những mầm xanh mới.

Tôi vùi vào đêm.

Lúc ấy, cơn mơ thả những sợi dây thừng xuống và những sợi dây thừng nói bạn có thể chọn một trong những sợi dây này để tự kết thúc.

Đồng Xanh hỏi lại tôi, tại sao cậu chết?

Tôi biết trả lời sao? Tôi cầm tay nàng, để bảo vệ em. Tại sao cậu không giết gã khốn nạn đó? Tôi nói, cậu không muốn chị của cậu khổ.

Nếu tôi tự treo mình lên một cành cây hay nhảy xuống một vực thẳm thì có khác gì tôi bơi cùng Đồng Xanh hay Đồng Cỏ giữa sóng biển?

Đồng Cỏ nói, em không thể thiếu anh. Tôi cười, cũng như không thể thiếu một gã đàn ông bất kỳ nào. Đồng Cỏ nói, em không dễ dãi thế đâu. Tất nhiên, tôi nói, ai thì cũng phải đáp ứng đúng đẳng cấp của em. Đồng Cỏ bảo, sự chung thủy với em là vô nghĩa.

Đồng Cỏ gởi tôi đường link https://www.youtube. com/watch?v=y9p0-NSirQA và bảo tôi nghe đi. Hymn of the Cherubim - Pyotr Ilyich Tchaikovsky – Extended.

Và tôi nghe. Sự thành tín của con chiên hướng về đấng tối cao.

Những lúc nằm ôm Đồng Cỏ, tôi vừa thấy thân thiết vừa xa lạ. Có một thế giới khác trong đồng cỏ mà tôi không thể biết tới.

Cũng như Đồng Xanh, có thể tôi đã cầm một bàn tay không có linh hồn. Đồng Xanh như một khái niệm hơn là một thực thể mà tôi ngưỡng vọng. "Em không phải người yêu của anh". Trên đồng xanh, tôi là một cơn gió thoảng.

Tôi nói với Đồng Xanh, cho anh thử chút rượu của em. Đồng Xanh gật đầu. Tôi lắc nhẹ cái ly trước khi uống một ngụm nhỏ. Mùi thơm của rượu bay đi. Mùi rượu tràn ngập căn phòng và căn phòng tràn ngập một thứ âm nhạc uể oải. Tôi không biết mình đang bay đi hay chìm xuống.

Văn nói, giữa cái tôi muốn và cái tôi là, có một khoảng cách mà có thể không bao giờ người ta vượt qua được.

Đồng Xanh chớp mắt. Hình như nàng tìm thấy điều gì của mình trong câu nói đó.

Đồng Cỏ kể, em đã sống với dượng từ nhỏ. Đó là hình ảnh một người cha mà em có thể cảm nhận được. Nhưng càng lớn, em càng nhận ra, ông ấy đã nuôi em như nuôi một con vật để làm thịt. Em ghê tởm ông ấy, dù em không thể phủ nhận ông ấy yêu em. Ông ấy luôn tìm cách để ôm em. Mẹ thường tìm cách bào chữa cho ổng. Em ghê tởm mẹ. Bà để mặc kệ em. Cuối cùng, em cũng đã thoát được căn nhà bệnh hoạn ấy bằng một học bổng du học ở Mỹ. Và em chọn điện ảnh vì tính bi kịch của cuộc sống mà em muốn trình bày như một nạn nhân.

Đồng Xanh nói, em nhớ có lần cậu nói với mẹ mà em vô tình nghe được. Chị mê cặc nên mới ngu thế.

Tận hiến cho tình yêu thì không biết thế nào là ngu hay khôn, tôi nghĩ nhưng không nói gì.

Đồng Xanh nói tiếp, đàn ông dưới mắt em chỉ là một loài thú. Vì thế, em nuôi một con chó. Và em đặt tên nó là Kít.

Trong một lần đi chữa bệnh, ông bác sĩ riêng đã đè Đồng Xanh xuống giường đòi hiếp. Nàng quẩy đạp chống cự nhưng càng chống, cơn dâm cuồng của gã bác sĩ càng hung hãn. Thay vì la hét, nàng chọn sự im lặng khinh bỉ lạnh lùng của mình ném vào mặt gã.

Cái nhìn khinh bỉ ấy làm tắt mọi ngọn lửa. Cả hai đứng dậy, ông bác sĩ bối rối rồi quì xuống xin lỗi nàng.

Đồng Xanh nói, không bao giờ em cảm thấy hết nhơ nhớp từ sự cọ xát ấy.

Đồng Cỏ bảo, có thể sự có mặt của ông dượng và cái cách ông ta nựng nịu em đã đẩy em đến một trạng thái cực đoan trong tình cảm. Em chỉ yêu được các chú các bác và chọn người sẽ bỏ em.

Đồng Xanh kể, có lần em đi với ông dượng, ổng quàng tay qua em và nói mọi người nhìn mình và họ nghĩ mình là một cặp. Em đã đi nhanh hơn và bỏ ông ta lại với đám đông.

Ông thày dạy viết kịch bản phim là một người Mỹ gốc Ấn, nước da sáng và đẹp trai như một diễn viên, Đồng Cỏ kể, em đã ngủ với lão suốt học kỳ. Dù không phải là người phá trinh em, nhưng em vẫn coi lão như mối tình đầu. Lão khai mở em và em nhận biết được mình là một đồng cỏ hoang dại.

2.

Đồng Cỏ yêu một người khác.

Văn hỏi, ông biết người đó không?

Biết. Hắn vốn là bạn tôi. Tôi giới thiệu cho Đồng Cỏ để giúp cô ấy thực hiện một dự án phim.

Ông giao trứng cho ác, Văn cười.

Ừ, để trứng là trứng và ác là ác, tôi cay đắng nói.

Ông còn yêu Đồng Cỏ không? Văn hỏi.

Còn, nhưng rất buồn, tôi thành thật.

Chia tay luôn rồi chứ? Văn hỏi tiếp.

Cũng không hẳn. Vẫn có thể đến với nhau khi cần, tuy không còn là người yêu của nhau. Tôi nói.

Ông không ghen à? Văn lại hỏi.

Cảm giác có một thằng khác nằm giữa cũng không dễ chịu gì, tôi nói.

Văn trầm ngâm chậm rãi, sống thật được với nhau cũng không đơn giản.

Đồng Cỏ bảo, em yêu Tấn nhưng không có nghĩa Tấn là người thay thế anh. Trong lòng em, anh vẫn là anh.

Tôi nói với Đồng Cỏ, từ bất cứ góc độ nào, anh cũng là người thất bại. Và anh sẽ ra đi để em sống trọn vẹn với Tấn.

Nhưng Đồng Cỏ bảo, em vẫn yêu anh theo một cách nào đó. Và em không muốn mất anh.

Hiện thực lầy lội. Tôi mất khả năng tự hủy. Ôm Đồng Cỏ, tôi như phơi trần mình giữa nắng. Và yêu đồng cỏ, tôi để cơn mưa thối đất. Liệu tình yêu có trở nên vô nghĩa không? Nếu không để tình yêu trở nên vô nghĩa, tôi có thể sống nổi không? Và chắc gì điều có ý nghĩa sẽ tốt hơn sự vô nghĩa?

Tôi là một hình nhân vật vờ.

Văn rủ, mình kiếm chỗ nào đi chơi ít ngày?

Đang buồn, tôi bảo đi đâu cũng được.

Đi Đà Lạt cho mát nhé?

Ừ, tôi đồng ý.

Văn đăng ký vé máy bay và khách sạn giùm tôi.

Đồng Cỏ nói, anh không sợ lên đó buồn chết à?

Tôi bảo để nỗi buồn giết nỗi buồn.

Văn và tôi sáng quán, trưa quán, tối quán. Đêm ngủ chèo queo với một chút lạnh và mùi nhựa thông của những quá vãng.

Cơn mơ từ rừng bước ra, chiếc váy dài kéo lê thành cánh đồng, phản ánh màu xanh thẳm của bầu trời và cả mù sương của hư ảo. Tôi bật thốt... Đồng Xanh. Và tôi nắm hai tay Đồng Xanh như một chào hỏi. Chúng tôi ngồi đối diện nhau.

Tôi nói, em không khác giấc mơ là mấy.

Anh thì giống đúng như em đã biết, Đồng Xanh bảo, nhưng ít nghiêm nghị hơn.

Tôi cười, anh không những là người không nghiêm nghị, mà còn ba trợn.

Đồng Xanh cũng cười. Chúng tôi đã vượt qua được khoảng cách giữa mơ và thực.

Tôi không nhớ bằng cách nào, tôi đã ngồi sát cạnh Đồng Xanh và nắm tay nàng khi nói chuyện. Và khi nắm tay nàng nói chuyện, tôi diễn đạt tôi một cách dễ dàng hơn. Có thể vì nàng đã nồng ấm hơn. Tôi cũng biết về Đồng Xanh nhiều hơn. Những sở thích của nàng về âm nhạc qua những tâm trạng khác nhau. Và tôi biết đây là một phụ nữ tôi chờ đợi và ngưỡng vọng. Tuy nhiên, Đồng Xanh mãi mãi vẫn là một bí ẩn và là một giấc mơ xa vời.

Giấc mơ của tôi đang làm gì? Đấy là một câu hỏi tôi viết thành thơ. Hầu như tất cả câu chuyện của nàng, tôi đã viết thành thơ. Đồng Xanh không ngừng khuấy động tôi và tạo nên những cảm xúc bất nhất, ngay cả khi Đồng Xanh im lặng. Và thường thì nàng luôn im lặng. Đồng Xanh cho tôi những khoảng trống hoang vu của núi đồi và nỗi hoang mang mùi cỏ.

Buổi tối, Đồng Xanh đi uống rượu với tôi và Văn.

Văn lúc nào cũng muốn nói về cái chết và nỗi chết.

Đồng Cỏ nói với mẹ, khi nào con chết thì làm ơn cuốn chiếu vất ra bãi rác.

Bà mẹ ngỡ ngàng. Ông dượng kinh ngạc nhìn nàng như một ai khác. Bà chửi nàng bất hiếu. Họ không hiểu được sự vô nghĩa của một xác người và những phức cảm về cuộc sống cũng như những nỗi niềm về sự bất hạnh của con gái họ.

Văn nói, người ta có thể lựa chọn cách chết như một thái độ với cuộc sống. Nhưng sự hèn nhát đã khiến con người tự đánh mất tự do của mình.

Tôi nhớ Đồng Cỏ, tôi cũng nhớ đến cái chết của ông cậu Đồng Xanh. Bóp tay Đồng Xanh, tôi nói, nỗi chết hiện diện bất khả phân ly và bất khả tư nghị, nó làm người ta yêu quí những giây phút hiện tại.

Đồng Xanh lún xuống sâu hơn trong cát lầy.

Khi mở cửa tiễn Đồng Cỏ về, ông dượng ôm nàng và nói, bố yêu con lắm. Đồng Cỏ nói với tôi, anh thấy khốn nạn không.

Thằng đàn ông nào cũng có cái khốn nạn với phụ nữ, tôi nói, nhưng không phải vì thế mà họ thiếu lòng trắc ẩn.

Đồng Cỏ nói, em không thấy mình được yêu thương.

Nhưng đã có rất nhiều đàn ông đến với em, tôi nói.

Họ chỉ muốn ngủ với em thôi, Đồng Cỏ bảo.

Anh không tin tất cả họ đều như vậy. Ít nhất cũng có người yêu em như anh, tôi nói.

Đồng Cỏ hỏi, anh có nghĩ Tấn yêu em không?

Làm sao anh biết được. Nhưng Tấn đã ngủ với em mà không cho em niềm tin về một tình yêu thì rất có thể nó là thằng khốn nạn. Tôi nói một cách ghen tức.

Trong lầy lội, tôi làm tổn thương Đồng Cỏ và cũng tự làm tổn thương mình bằng cách đay nghiến mối tình lang chạ của nàng và cái lì lợm chiếm giữ vô vọng một người yêu đã mất của tôi.

Càng về khuya, Đồng Xanh càng câm nín. Nàng uống rượu lặng lẽ. Dường như tôi cũng đang cảm thấy cát lầy dưới chân mình.

3.

Đồng Cỏ nói, hôm qua em khóc sưng mắt.

Tôi hỏi sao vậy?

Đồng Cỏ bảo, Tấn coi em như một con mèo hoang. Tại sao Tấn lại đối xử với em như vậy?

Nếu em tin vào tình yêu thì hãy đến với Tấn, tôi đau xót nói, lụy tình cũng đâu có sao, nếu em thấy Tấn xứng đáng.

Đồng Cỏ bảo, em không hạ mình.

Trong thâm tâm, tôi không thấy Tấn xứng đáng để Đồng Cỏ phải khổ, nhưng tôi không muốn nói Tấn hèn, sau khi đã ngủ được với Đồng Cỏ. Tấn sợ tình yêu của Đồng Cỏ và sợ vợ biết.

Tôi biết trước điều gì sẽ xảy ra khi Đồng Cỏ và Tấn làm việc chung với nhau. Nghe Đồng Cỏ cởi mở thân thiết nói chuyện, nhìn bàn tay mềm mại của Đồng Cỏ, mường tượng bầu vú ngọt ngào không áo lót, và dưới áp lực của đôi mắt tràn đầy tự do... không thể không sa ngã.

Dựng phim là một công việc đòi hỏi sự gần gũi và thấu hiểu lẫn nhau giữa đạo diễn và người dựng, Đồng Cỏ và Tấn đã vượt qua mọi che chắn để đến với nhau và vào trong nhau, như một phim của chính họ.

Tôi trở thành kẻ đứng ngoài.

Nhưng Tấn đã đứng lại. Đồng Cỏ hụt hẫng và nàng vật vã. Một lần nữa, cũng là tôi chia sẻ với Đồng Cỏ nỗi buồn đau của sự thất vọng.

Nằm giữa đồng cỏ, thân xác tôi rũ liệt. Dù Đồng Cỏ vẫn ôm và xoa đầu tôi gối trên ngực nàng. Dù tôi vẫn tận hưởng mùi da thơm thanh thoát từ bầu vú nàng. Linh hồn tôi về địa ngục. Linh hồn nàng lưu lạc. Chúng tôi tự đày đọa mình giữa xa lạ của một khoảng trống điêu linh.

Mỗi sáng thức dậy, tôi nhìn ngày trước mặt chỉ thấy một nỗi niềm hôn ám. Đồng Cỏ bảo em cũng vậy. Tôi cảm thấy như bị lột sạch, tất cả niềm vui và ý nghĩa.

Đồng Xanh nói, em chưa bao giờ thấy niềm vui hay ý nghĩa trong cuộc sống này. Tại sao em không chọn cái chết như cậu? Em còn chờ đợi điều gì?

Chờ đợi, có lẽ là điều bí ẩn nhất của cuộc sống. Chờ đợi là lý do để tồn tại, nhưng chờ đợi cũng là nỗi ám ảnh không đáng có nhất. Tôi chờ đợi một đồng xanh, một đồng cỏ hay điều gì khác mà tôi buồn chán đến thế? Tôi muốn kết thúc với cả đồng xanh và đồng cỏ, như điều đáng kể nhất để chấm dứt mọi chờ đợi. Nhưng tôi cũng tự hỏi, sự chấm dứt ấy có giúp tôi xa lìa thế giới này?

Tôi không còn thiết tha điều gì, nhưng tôi không thể không nhớ Đồng Xanh và Đồng Cỏ. Tôi không cần ý nghĩa, nhưng tôi không thể thiếu Đồng Xanh cũng như Đồng Cỏ như một thiết yếu.

Tôi không biết đồng xanh và đồng cỏ còn đó không?

Đồng Xanh nói, em không có thật.

Nhưng Đồng Cỏ bảo, em vẫn còn đây.

Còn đây và không có thật là một thực thể hư ảo. Có cũng như không. Tôi vuốt ve Đồng Cỏ và nàng nằm im không xúc cảm. Có thể tôi sẽ phải tìm ngủ với một cô gái bất kỳ nào đó biết rên.

4.

Giấc mơ của tôi trên cao nguyên.

Đồng Xanh ôm Kít và xoa đầu nó. Mẹ đi suốt buổi tối, con ở nhà một mình có buồn không? Mà thôi đừng giận mẹ nhé, mẹ đâu muốn xa con lâu thế. Mẹ cũng buồn mà. Tối nay mẹ uống hơi nhiều. Dù sao cũng là một đêm thú vị. Mẹ thích cách nói chuyện của họ, cho dù những câu chuyện ấy không phải là nỗi bận tâm của mẹ. Có những điều mẹ không biết và không thích, nhưng nó tạo nên một bầu khí mà ở cái xó xỉnh này chúng ta sẽ không bao giờ thấy. Mẹ cảm nhận được một thế giới khác đang mở ra với mẹ và mẹ sẽ thuộc về thế giới ấy. Chữ nghĩa không chỉ nằm trên trang giấy mà chúng ta đã nhờ nó để sống, chữ nghĩa cũng được nói ra bởi những người yêu chữ. Và chữ nghĩa có một đời sống riêng của nó. Chúng ta đã chia sẻ nó mỗi ngày thành cơm gạo và tình yêu. Những người đàn ông uống rượu với mẹ đã nói về sự chết. Cũng chỉ là chuyện tầm phào thôi, nhưng nó làm mẹ lún sâu trong cát. Mẹ không giờ quên được cái chết của ông cậu. Có những điều mẹ không muốn nghĩ tới, nhưng câu chuyện của họ khiến mẹ đau đớn. Mẹ biết cậu yêu chị của mình vì thế cậu đã chọn cái chết để giữ trọn tình yêu ấy một cách thuần khiết nhất. Tuy nhiên, mẹ tiếc là cậu đã sai lầm. Bà chị ấy coi tình yêu của cậu như sự vòi vĩnh của đứa trẻ. Mẹ cũng tiếc là sao cậu không dành hết tình yêu của cậu cho mẹ. Mẹ yêu cậu mà. Mẹ yêu cậu nhất trên đời. Mẹ cũng nói với cậu rồi, nhưng cậu chỉ cười và coi mẹ như một đứa trẻ vòi vĩnh. Con đừng cắn cậu nhé. Hãy yêu cậu và bảo vệ cậu như mẹ. Linh hồn của cậu đang nhìn mình đó. Nhưng con đừng có ồn lên như thế, để linh hồn cậu an nghỉ. Linh hồn là gì con biết không? Đó là một hơi thở toát ra từ những lỗ chân lông. Cũng là hơi thở của trời đất. Con cũng có hơi thở, vì thế con cũng có linh hồn. Hãy để linh hồn an nghỉ ở đâu đó. Đừng mang linh hồn đi lung tung, linh hồn sẽ bị lạc. Con hiểu gì không, Kít? Sao con nhìn mẹ lạ lùng vậy? Mẹ không say đâu. Có thể mẹ sẽ nhớ họ, những người đàn ông uống rượu với mẹ đó. Dù thế nào, chúng ta vẫn phải thận trọng. Mẹ chỉ yêu con và tin con thôi, đúng không Kít. Chỉ có Kít trung thành và vâng lời mẹ. Họ còn ở đây ngày mai nữa và mẹ đã hứa sẽ ngồi uống với họ thêm một đêm. Con hiểu mẹ chứ? Họ cũng là rượu của mẹ. Và là một loại rượu quí. Mẹ sẽ uống cạn. Chỉ có hai đêm thôi, không phải cho một đời, nhưng cũng đủ để nhớ chúng ta có những phút giây đáng sống. Trân trọng cái đẹp, chúng ta sẽ nhận được cái đẹp. Một cuộc gặp gỡ không đi đến đâu, nhưng vẫn có thể lưu giữ chúng ta trong một khung hình đẹp đẽ. Những khoảnh khắc bất chợt và thoáng qua có thể làm chúng ta đau khổ mãi mãi. Dẫu sao, sống hay chết thì chúng ta vẫn phải đi đến tận cùng niềm vui hay nỗi buồn của mình. Mẹ biết sẽ chẳng có gì khác khi mặt trời lại mọc cho một ngày mới. Cuộc đời của chúng ta cũng vẫn sẽ thế này. Và chúng ta tiếp tục với sự vô nghĩa ngay cả với những ý nghĩ của mình. Nhưng chúng ta không thể không nghĩ. Mẹ đã không bỏ được rượu và thuốc lá chỉ vì sự trống rỗng này. Mẹ cũng không thể tưởng tượng được thế nào là lành mạnh. Mới nghĩ tới lành mạnh thôi cũng đã chết khiếp. Sự tẻ nhạt là một án tù chung cuộc cho tất cả. Nhưng mẹ không biết mẹ có mở lòng được không, khi mẹ quá chán ghét cuộc sống. Sự khả tín mà mẹ có thể gởi gắm không nằm trong các giao tiếp, có thể vì thế mà mẹ bị xem là khép kín. Mẹ chỉ tin vào chính mình và sự cảm nhận của mẹ từ bên trong. Những ông bạn rượu đó lại là những người đa nghi. Rất có thể họ cũng không tự đánh giá được giá trị đích thực của bản thân mình, mặc dù họ có thừa sự kiêu hãnh. Không có sự kiêu hãnh con người sẽ chết. Chúng ta có gì để kiêu hãnh? Là chúng ta chẳng sợ gì cả. Sự cô độc và cô đơn mà chúng ta sở hữu không chỉ khinh miệt với cả thế giới, mà nó còn là một tự do đủ để phỉ báng mọi ý nghĩa cho cuộc sống này. Chúng ta cũng không cần gì cả, ngoài chính sự cô độc và tự do của chúng ta. Vì thế, chúng ta cũng không cần một đàn ông nào để yêu thương và được yêu thương. Tình yêu đôi lứa không là chỗ để nương tựa hay che chở. Chúng ta ngủ một mình giữa trời đất và chúng ta tận hưởng cuộc đời mình như ngọn nến giữa tối tăm.

5.

Trên tầng 17, Đồng Cỏ đứng nhìn mưa và quay lại nói với tôi, em nhớ những cơn mưa năm ngoái khi anh nhắn tin cho em không đến được, em chợt thấy yêu anh thật nhiều, cũng như em yêu Tấn. Tình yêu ấy không giống nhau, nhưng nó vẫn là tình yêu. Anh tin em không?

Tôi ôm Đồng Cỏ và vỗ lưng nàng, anh biết điều ấy, vì thế anh vẫn còn có thể đến đây với em. Trong tận cùng sâu thẳm, anh không muốn làm tình với em nữa, không phải vì em từ chối anh, mà anh không muốn phải va chạm với Tấn đang ẩn trú trong em. Làm tình với em lúc này sẽ là một tai nạn, cả anh và em đều bị tổn thương.

Tại sao anh vẫn đến ôm em? Đồng Cỏ hỏi.

Ừ, anh vẫn muốn ôm em, vì anh yêu em, cho dù anh cũng thật sự muốn bỏ em.

Cơn mưa chậm và lâu. Đồng Cỏ và tôi cùng nhìn mưa. Tôi bị ướt. Cầm tay Đồng Cỏ, tôi nói, tay em rất đẹp. Và tôi hôn tay nàng, cả mặt trước và sau. Tình yêu rào rạt dưới làn da.

Tôi thích bàn tay ấy xoa đầu tôi.

Đồng Cỏ hỏi, anh muốn nghe em nói thật không?

Tôi bảo, em nói đi.

Mấy bữa trước có thằng nhỏ tán tỉnh em. Nó đòi ngủ với em.

Em gặp nó ở đâu? Tôi hỏi.

Trên một trang hẹn hò trên mạng, Đồng Cỏ nói thật.

Tôi bảo, gặp nhau trên đó thì nó đòi ngủ với em là đúng rồi. Em ngủ với nó chưa?

Không. Vì nó nhạt quá. Thật ra lúc này, em cần một quan hệ tình dục không tình yêu, Đồng Cỏ nói, nhưng em đã cắt nó rồi.

Trả thù Tấn à?

Không, em không trả thù ai, Đồng Cỏ bảo, em chỉ muốn tự giải tỏa mình khỏi sự bế tắc hiện nay. Anh có buồn em không?

Tôi nói, buồn và khó chịu.

Chung thủy với Tấn là vô nghĩa. Nằm ôm anh, em không cảm thấy có lỗi với Tấn. Nhưng yêu Tấn, em có lỗi với anh. Em không biết phải làm sao.

Tôi không là gì. Tôi như người đã chết. Nhưng sao tôi vẫn thèm khát? Làm cách nào để tôi ra đi, để tôi quên Đồng Cỏ? Tôi cũng không biết phải làm sao.

Tôi gọi cho Hoa Cỏ mà tôi từng thích trước khi quen Đồng Cỏ, nhưng chưa bao giờ ngủ với nhau. Anh buồn quá. Hoa Cỏ bảo, anh ở đâu em tới. Tôi cho địa chỉ. Và chúng tôi ôm lấy nhau. Hoa Cỏ hỏi, anh bị thất tình à? Tôi bảo ừ. Hoa Cỏ hôn tôi, cô nói, em cho anh lần này, một lần thôi, để anh chết khỏi hối tiếc. Chúng tôi cởi quần áo cho nhau. Và chúng tôi chiều nhau.

Tôi không tìm thấy một Hoa Cỏ của những lời tỏ tình xưa cũ. Tôi không tìm thấy xúc cảm của thân xác. Hoa Cỏ đã tàn úa. Nỗi buồn tôi còn nguyên. Không ai thay được Đồng Cỏ phụ bạc. Mặc dù, sau đó tôi vẫn muốn gặp lại Hoa Cỏ để vùi dập mình, nhưng Hoa Cỏ cương quyết từ chối, cô bảo, em đã nói một lần thôi mà.

Hoa Cỏ về quê. Tôi biết cô sẽ xa tôi mãi mãi.

Em không biết phải làm sao. Đồng Cỏ luôn nói câu ấy sau mỗi lần ngủ với Tấn. Tôi tự hủy mình khi nằm ôm Đồng Cỏ. Và tôi trở thành một di chỉ trong lòng đồng cỏ phiêu dạt.

Cơn mưa sẽ bất tận. Tôi sẽ thối rữa.

Nhưng trước khi tắt thở, tôi đi Phan Thiết tìm một niềm u nhã. Ở đó, tôi biến tôi thành cát trong gió chạy. Tôi biến tôi thành cỏ hoang. Tôi biến tôi thành tiếng chuông. Cô gái quê bảo, sự thanh tịnh không có thật. Tôi hỏi, tại sao? Cô gái nói, nếu ông không thanh tịnh thì niềm u nhã cũng sẽ hão huyền. Tôi hỏi cô gái, em đi tu à? Không, cô gái nói, tại sao cứ phải tu. Đóa sen đâu có tu. Ngọn núi cũng đâu có tu. Em ở ngoài thế giới này.

Quả thật, tôi đang sống với mông muội của Đồng Cỏ và Đồng Xanh. Cả Hoa Cỏ và Niềm U Nhã bất chợt cũng huyền hoặc xa vắng. Tôi không biết phải làm sao.

6.

Đồng Xanh đến quán rượu với chiếc váy đen và đôi giày cao gót, lêu nghêu và mỏng manh. Có vẻ như Đồng Xanh không muốn nhượng bộ tầm thấp của tôi. Anh sẽ luôn phải ngước nhìn, tôi cười bảo. Đồng Xanh im lặng ngồi xuống cạnh tôi.

Văn nói, cám ơn em đã đến.

Không biểu hiện gì, Đồng Xanh đốt thuốc. Tôi nói, em làm anh nhớ đến mẹ. Một hình ảnh quen thuộc, người đàn bà uống rượu một mình và hút thuốc trong quán vắng. Mẹ tôi là một bí ẩn của con thuyền mắc cạn.

Văn cũng nói về mẹ của mình như một người mẹ cô đơn và bà cũng uống rượu hút thuốc. Ông bố Văn có nhiều vợ. Câu chuyện dẫn đến những mối tình chung chạ. Tôi không bị lún trong cát như câu chuyện về cái chết ngày hôm qua với Đồng Xanh. Nhưng tôi giống như kẻ tự xẻ thịt mình và nướng.

Văn nói, tình yêu tự nó là một chân thật.

Đồng Xanh bảo, tình yêu chỉ là một phóng tưởng, vì thế nó không chân thật.

Nhưng sự đau khổ hay hạnh phúc do tình yêu mang đến là có thật, tôi nói.

Tôi nhớ Đồng Cỏ và mối tình lang chạ của nàng. Đồng Cỏ nói, em đang uống rượu, chai rượu anh tặng. Tôi hỏi, em vui hay buồn? Em trống rỗng, Đồng Cỏ nói. Tôi hỏi tiếp, Tấn mới về phải không? Đồng Cỏ bảo anh đừng nói đến chuyện đó nữa, dù sao em cũng là đứa khốn nạn. Trong tận cùng em không muốn yêu ai. Em muốn mình là người vô tính và yêu một điều gì đó lớn lao hơn tình yêu nam nữ. Em khát khao sống mạnh mẽ cô độc, nhưng em vẫn không tránh được bi lụy vì tình. Em không hạnh phúc. Ngay cả với anh trước đây, em vẫn luôn chờ đợi ngày anh không đến nữa. Với Tấn cũng thế, rồi Tấn cũng sẽ bỏ em như những người đàn ông khác. Mặc dù em khát khao được chung thủy, nhưng bản thân em cũng không thể chung thủy. Em không hiểu tại sao lại thế. Phải chăng, nỗi cô đơn của em không thể lấp đầy hay tình yêu của em chỉ là ảo ảnh.

Tôi hỏi Đồng Xanh, em không tin tình yêu, điều ấy may mắn hay bất hạnh?

Em thoải mái, Đồng Xanh nói.

Tôi nhìn thấy Đồng Xanh bất cần, khinh bạc. Tôi cũng chợt nhận ra mình nhỏ bé.

Văn nói, tin vào tình yêu hay không thì nó vẫn có

thể đến hoặc không đến. Cũng như sẽ không có tình yêu lớn hay nhỏ bởi bản chất của nó là chân thật.

Tôi đồng ý với Văn. Có thể vì thế tôi vẫn muốn đến ôm Đồng Cỏ cho dù trong đồng cỏ không chỉ có mình tôi.

Cầm tay Đồng Xanh, tôi nói, những cảm xúc của chúng ta là có thật. Sự có mặt của em, bây giờ và ở đây, có thể làm anh hoang mang, nhưng anh biết, sẽ làm anh nhớ mãi.

Văn nói, bữa nay uống nhiều hơn một chút, đêm cuối rồi.

Đồng Xanh hỏi, lỡ say thì sao?

Tôi bảo, thì về ngủ với anh.

Rượu thêm. Giấc mơ sẽ dài hơn. Tôi chênh vênh trên đỉnh núi. Bóng tôi đổ xuống trong ly rượu. Đồng xanh mênh mông hơn. Tôi không muốn nghĩ đến ngày mai.

Tình yêu không tình dục hay tình dục không tình yêu đều là những tình huống bi đát, tôi nói.

Cũng chả sao, Văn nói, vẫn còn hơn không có gì.

Tôi hỏi Đồng Xanh, em có "chả sao" không?

Có một chút bối rối, nhưng Đồng Xanh nói dứt khoát, với em thì hoặc không có gì, hoặc có tất cả.

Văn bảo, một chủ nghĩa hiện thực khắc kỷ. Nhưng thật ra cũng thiếu thực tế.

Đồng Xanh nói, thực tế hay không thì đó vẫn là điều có thể chọn lựa.

Tôi cười bảo, chính xác thì đây chỉ là vấn đề của các ngôn từ. Và ngôn từ làm mất dấu sự thật. Hoặc nó bộc lộ sự thật ở một góc độ khác.

Đồng Xanh nói, nó cũng là cách để chúng ta tự làm khó mình.

Cuối cùng, nếu chúng ta đẩy ngôn từ lên mức một nghệ thuật, tôi nói, xét cho cùng cũng là một thứ giải trí.

Văn cười ha ha... liệu thế có là bi kịch không?

Đồng Xanh bảo, nghe cứ như là trò lừa mị ấy nhỉ.

Đúng như thế, tôi nói, văn chương nghệ thuật lừa mị sự cả tin ngây thơ của con người.

Đồng Xanh cười cười hỏi tôi, giống như cách anh tỏ tình phải không?

Tôi cũng cười. Quả thật, viết với anh là một cách tỏ tình. Vì thế, nó cần một đối tượng cụ thể để bày tỏ.

Đồng Xanh bảo, nhưng em cảm nhận được phía sau nó là hư vô. Sự hủy hoại và nỗi nghi hoặc về chính việc viết của anh.

Tôi muốn chết. Và hãy chôn cùng tôi một người đàn bà. Tôi muốn nói điều ấy, nhưng tôi không muốn lại phải tranh luận về tính ích kỷ, phong kiến của mình. Thay vì thế, tôi nói, nằm chết giữa đồng xanh hay đồng cỏ như một con sâu sẽ là điều đẹp đẽ nhất mà tôi ao ước. Trời đất khoan dung sẽ không phụ bạc tôi. Trong vòng tay ôm của đồng cỏ cũng như đồng xanh, tôi được bôi xóa.

Chia tay nhau, không biết bao giờ gặp lại. Trên xe đưa Đồng Xanh về nhà, nàng nói, hai ngày qua nhanh thật. Tôi hỏi, về ngủ với anh không? Không được, Đồng Xanh nói, em phải về với con.

Tôi không ưa chó.

7.

Tôi cũng không ưa mèo.

Đồng Cỏ nói, em muốn nuôi một con mèo. Em sẽ dành riêng cho nó một căn phòng. Chỉ nghĩ tới việc trang trí cho nó thôi, em cũng đã thấy hạnh phúc. Hồi còn ở Mỹ em cũng nuôi một con, khi về Việt Nam phải bỏ lại nhờ người bạn nuôi giùm, em đã khóc mất bao nhiêu ngày. Chắc bây giờ nó cũng đã tám tuổi và vẫn sống với bạn em. Bạn em cũng đã mang nó về Việt Nam. Em đòi lại mà bạn không trả.

Mặc dù không thích, nhưng tôi cũng nói, nếu em thích thì cứ nuôi.

Anh không thích sao? Đồng Cỏ hỏi.

Tôi nói, em là Mèo Em của anh rồi.

Còn anh là gì của em?

Anh là Mèo Anh của em.

Đồng Cỏ áp má vào má tôi như một sở thích đặc biệt mỗi khi chúng tôi nằm ôm nhau. Từ đó, chúng tôi biến thành mèo. Và cách Đồng Cỏ xoa đầu tôi giống như nàng nựng một con mèo nhỏ.

Không nuôi được mèo vì thường xuyên phải vắng nhà, Đồng Cỏ thường tìm kiếm trên mạng hình ảnh những con mèo đẹp và gởi cho tôi xem. Nàng sẽ hỏi, con này giống em không? Hoặc, con này y chang anh nè. Không thích mèo, nhưng tôi cũng thấy vui. Đồng Cỏ khoan thai kiêu kỳ như mèo. Đồng Cỏ cũng hay quạu gầm ghè như mèo. Nàng thông minh và hay bắt bẻ. Nàng cũng dịu ngọt chiều chuộng và luôn lo lắng cho tôi.

Đồng Cỏ nói, em là một loại "cẩm chướng" di truyền. Má bỏ ba cũng vì ba quá "cẩm chướng".

Nhiều lúc mệt mỏi, tôi muốn chấm dứt mối tình gập ghềnh khúc khuỷu này. Nhưng tôi không thể. Mùi của Đồng Cỏ dị thường mê hoặc. Thân thể của Đồng Cỏ gợi cảm quyến rũ. Tình yêu của Đồng Cỏ đồng bóng, hư ảo và thật thà. Tuy nhiên, vẫn còn điều gì đó lớn lao hơn, tôi không hiểu đã trói tôi vào nàng. Có thể, với đồng cỏ, trong đồng cỏ, tôi mới là tôi. Một cánh bướm của hoang dã nghìn trùng bay tìm sự bất tận.

Tôi không biết khi nào Đồng Cỏ là một đứa con nít hồn nhiên, khi nào là một phụ nữ truân chuyên độ lượng.

Thế giới của Đồng Cỏ không chỉ là những con mèo xinh, làm tình và rong chơi. Trong thế giới ấy, tôi được chia sẻ những bận tâm của mình về thế sự, những kiến giải về lẽ sống, hạnh phúc và đau khổ, ý nghĩa và vô nghĩa của cuộc tồn sinh nghi hoặc. Chúng tôi cũng hay nói về các khuynh hướng chính trị và các trào lưu xã hội. Chán ghét bọn khuynh tả hay cực hữu. Ghê tởm những kẻ hai mặt. Khinh bỉ bọn xu phụ và kiêu căng. Chúng tôi cũng san sẻ với nhau mọi vui buồn nhỏ nhặt hàng ngày. Táo bón hay tiêu chảy. Nhức đầu hay mỏi mông. Chậm kinh hay lười biếng. Thèm ăn hay muốn đụ.

Đôi khi chúng tôi như vợ chồng chăm sóc nhau. Đôi khi chúng tôi như những con mèo hoang đơn độc gào trong đêm vắng. Tôi biết khi nào Đồng Cỏ tủi thân khóc thầm. Tôi biết khi nào Đồng Cỏ phóng đãng thứ tình một đêm với trai lạ. Tôi biết Đồng Cỏ như biết tôi, nhưng tôi vẫn cứ cay đắng dập vùi trong đồng cỏ. Và tôi mất ngủ mỗi khi Mèo Em đi hoang. Tình yêu tôi không đủ canh giữ Đồng Cỏ. Tuy nàng vẫn bảo, anh là chỗ em nương dựa. Cũng có thể, tôi là chỗ để mèo hoang quay về. Tôi là nơi an nghỉ cuối cùng của đồng cỏ. Và tôi là sự an nghỉ không nhắm mắt.

Khi chúng ta nhìn lên trời xanh, Văn nói, sự xanh thẳm của nó có làm chúng ta xao xuyến?

Tôi nói, tôi gọi bầu trời trong không một gợn mây ấy là đồng xanh hay đồng cỏ của con trâu ngu ngơ trên mặt đất. Ngưỡng vọng là một cách sống. Và sự bi tráng của nó là một giấc mơ không có thật.

Tôi yêu mối tình của mình và tôi muốn gìn giữ nó.

8.

Tôi bảo Văn về Sài Gòn trước. Tôi quyết định ở lại Đà Lạt và thuê một khách sạn khác, gần chỗ Đồng Xanh ở. Chỉ một ngày sau tôi mới báo cho Đồng Xanh biết tôi chưa về Sài Gòn. Đồng Xanh ngạc nhiên hỏi, sao vậy? Tôi nói tôi ở lại để tìm một giấc mơ thất lạc. Đồng Xanh cười, anh vẫn còn lãng mạn được thì cũng lạ. Cũng bình thường thôi, tôi nói, tối nay em đi uống sữa đậu nành với anh nhé. Dạ, Đồng Xanh bảo, em cũng rảnh và thích đậu nành.

Sự bình dị của sữa đậu nành, chỗ ngồi và người đi cùng là một niềm vui. Đồng Xanh kể, em đã nhìn thấy ở người đàn ông bán sữa đậu nành này một mẫu đàn ông chân chính. Tôi hỏi, đó là gì? Anh ta biết cách tỏ tình một cách tinh tế và lịch lãm, Đồng Xanh nói. Cũng thú vị đấy chứ, tôi nói. Nhưng sau đó thì em không đến đây nữa, Đồng Xanh bảo, đó là cách em tôn trọng anh ấy. Tôi quan sát người đàn ông bán sữa đậu nành, anh ta đậm người, dù lam lũ nhưng vẫn toát ra vẻ một người bản lĩnh, tôi nghĩ, lại một người bất phùng thời. Tôi gật đầu chào và cám ơn người bán sữa đậu nành khi anh ta mang thức uống đến. Anh ta cũng lịch sự, mời anh chị. Đồng Xanh hỏi thăm anh ta. Người bán sữa đậu nành cám ơn và nói tôi vẫn bình thường. Dường như chỉ có tôi là không bình thường. Tôi đang leo dốc để đến núi Sọ. Tôi thọ nạn cho những không tưởng của mình.

Đồng Xanh và tôi thả bộ dọc theo bờ hồ. Trời đủ lạnh để việc đi bộ trở nên thi vị. Không có gì để nói nhiều. Cảm giác có Đồng Xanh bên cạnh giống như cảm giác về sự thái hòa của trời đất, êm đềm và ngọt ngào. Đồng Xanh nói với tôi về chiêm tinh học. Tôi ngước nhìn trời đêm. Không có gì. Tôi không ngạc nhiên về sự tin tưởng của con người trong mối quan hệ với các vì sao. Tôi chỉ ngạc nhiên, tại sao chúng ta vẫn tồn tại được giữa sự bao la cô quạnh này. Đồng Xanh bảo, đây là thời gian sao thủy nghịch hành. Vì thế, sẽ có những bất ổn trong vấn đề giao tiếp. Tôi cười, à ra thế, anh thất tình là phải rồi. Đồng Xanh cũng cười, tại trời chứ không phải tại anh dở đâu. Tôi nói, tại trời không cho anh giỏi. Đồng Xanh bảo, giỏi hay dở cũng không có giá trị quyết định. Tôi đùa, tại mấy ông nhà Phật bày ra chữ duyên làm khổ anh. Đồng Xanh nói, cũng vớ vẩn thật. Tôi, ừ.

Chúng tôi dừng lại dưới chân một cột đèn và ngồi bệt xuống đất. Tôi cởi giày Đồng Xanh và bóp chân cho nàng. Bàn chân hơi ốm, nhưng vẫn thuôn đẹp. Tôi bảo, đây là thơ. Đồng Xanh nói, em không thích các mỹ từ, bởi các mỹ từ sẽ làm cho sự thật trở nên ít thật hơn. Nhưng em cũng không thích sự trần trụi của ngôn từ, nó làm sự thật mất đi cái đẹp của nó. Tôi mắc nghẹn giữa một cơn gió lạnh. Rồi tôi im lặng cởi khăn quàng cổ quấn hai chân nàng vào với nhau. Đồng Xanh cũng không nói gì nữa xem tôi làm gì. Tôi ôm cả hai chân nàng vào lòng.

Đêm là một đồng xanh. Đêm cũng là một đồng cỏ. Tôi như con sâu gặm nhấm từng niềm vui nhỏ. Và tôi cũng như đêm mơ màng được ôm hết thanh xuân của cánh đồng.

Đồng Xanh nói, em sẽ bận mất vài ngày vì có hẹn với mẹ.

Không sao, tôi nói, anh có bạn ở đây.

Đưa Đồng Xanh về đến đầu ngõ, tôi chào tạm biệt nàng bằng một cái ôm. Nhưng nàng dửng dưng.

9.

Hẹn Thảo ở một quán café có cái tên ngồ ngộ bằng tiếng Pháp, Les carottes dansantes, chúng tôi sống lại những ngày vui cũ.

Khi ấy Thảo còn ở Sài Gòn, trẻ và sống một mình. Không phải người yêu hay người tình, nhưng chúng tôi thân và thương nhau. Tuần nào cũng gặp nhau ba bốn lần, không nhậu thì café. Có khi tôi ngủ lại nhà Thảo, như một kẻ lười biếng. Thảo nấu ăn ngon và cũng thích nấu ăn. Vì thế, không chỉ tôi mà đám bạn chung cũng thường đến nhà Thảo ăn nhậu. Cả bọn chúng tôi gần như cùng đứng về một phía trong các vấn đề chính trị cũng như quan điểm văn nghệ. Chúng tôi là những kẻ ngồi bên lề, rất trái và chúng tôi tự do, khác biệt và hoang đàng. Chúng tôi không có chiếu. Chúng tôi cũng không có mền. Và chúng tôi không đội mũ. Chiến tranh đã qua đi từ rất lâu, nhưng chúng tôi vẫn còn những chiến tuyến của tư tưởng. Vì thế, chúng tôi vẫn gặp những rắc rối, khó khăn để sống như là mình.

Giờ, Thảo là một bà mẹ đơn thân của thằng con trai kháu khỉnh. Thảo mang thằng con theo đến quán café và để nó chạy chơi một mình, sau khi dỗ dành nó một ly kem.

Tôi cười hỏi, em sắp thành đại địa chủ rồi phải không?

Không giỏi thế, Thảo nói, từ vô sản bần cố nông trở thành tiểu tư sản thành thị cũng đã là may lắm rồi. Em đang định làm một cái homestay ở đây.

Chúc mừng bà chủ trước, tôi bảo, anh cũng có thể tự chúc mừng tấm thân trôi dạt của mình sẽ có một góc bếp để sưởi ấm, phải không?

OK, đừng leo lên phòng khách làm ông chủ là được.

Tôi cười, cũng chả dại.

Làm ông chủ hay đầy tớ đều không phải là điều tôi muốn. Tôi không thích bất cứ một mối quan hệ ràng buộc nào. Tôi không thích có con. Đồng Xanh và Đồng Cỏ cũng đều không thích có con. Tôi không muốn phải chịu trách nhiệm về một điều bất khả.

Thảo hỏi, lúc này anh yêu ai?

Gần như lúc nào anh cũng yêu một ai đó.

Nhưng quan trọng là họ có yêu anh không? Thảo nói.

Điều đó với anh lại không quan trọng. Có một người để hướng tới hay nghĩ về, tự nó cũng đủ ý nghĩa.

Thảo nói, anh vẫn chưa trả lời em là yêu ai nè.

Một người đang sống ở đây, tôi nói.

Anh lên đây vì cô ấy? Thảo hỏi.

Ừ.

Thảo và tôi xưa nay không giấu nhau điều gì.

Tới đâu rồi? Thảo tò mò.

Chẳng tới đâu cả, tôi nói.

Cũng lạ đấy, Thảo bảo, không tới được thì lùi đi chớ.

Anh chợt khám phá ra, một mối tình không tới được mà cũng không lùi được, tôi nói, có khi lại hay. Nó sẽ là một mối tình mãi mãi dang dở.

Tự làm khổ mình chi vậy, Thảo trách.

Tôi lập lại cái ý vừa nói, có một người để hướng tới hay nghĩ về, tự nó cũng đủ ý nghĩa. Nhìn ở chiều ngược lại, nó cũng là điều vô nghĩa. Vô nghĩa hay ý nghĩa, thật ra, cũng chỉ là cái để nói. Anh cần lấp đầy khoảng trống trong và ngoài mình.

Thảo nói, chứ không phải nó càng trống rỗng hơn à?

Tôi bỗng cảm thấy mình ngớ ngẩn, vụng về. Tôi bị làm sao vậy? Tôi chạy đuổi theo cái gì vậy?

Thảo nói, tội nghiệp anh và nàng ôm tôi. Tôi không khóc nhưng lòng ngậm ngùi khôn tả. Có phải tôi đang trốn chạy một đồng cỏ nhiễm độc để lạc vào chông gai của một đồng xanh hư ảo. Tôi đi từ chỗ không bờ đến nơi không bến. Tôi không trông đợi một chỗ quay về như

Thảo. Cuộc lữ của tôi đơn độc. Và lại, cuộc lữ nào chẳng đơn độc.

Đi ăn trưa với hai mẹ con Thảo, tình cờ tôi gặp Đồng Xanh cũng dẫn mẹ đi ăn ở một nhà hàng nhỏ trên cái lầu xinh xắn chuyên bán thực phẩm hữu cơ tự sản xuất.

Tôi thảng thốt trước người đàn bà mà Đồng Xanh có chút phảng phất, u buồn nhưng phiêu bạt. Nhìn bà, tôi nghĩ tới một bầu trời xanh thẳm không một chút mây như Văn nói, nỗi chết và cái chết của những con thiêu thân liều mình.

Lòng tôi vốn không yên, giờ càng thêm vọng động.

Tôi nói nhỏ với Thảo, em nhìn thấy hai mẹ con bà kia không?

Thảo hỏi, sao anh biết là hai mẹ con?

Biết, tôi nói, giấc mơ mù sương của anh đó.

Mẹ hay con? Thảo hỏi.

Anh cũng không biết, tôi đùa.

Thảo chì chiết, giống đực mất nết.

Tôi không biện giải cho sự kính ngưỡng tuyệt đối của mình với cái đẹp u buồn. Vừa ăn, tôi vừa thỉnh thoảng nhìn sang phía bàn của Đồng Xanh. Người đàn bà từ tốn nhưng vẫn ăn uống như một tận hưởng. Trong suy nghĩ của tôi, biết tận hưởng ăn uống thì cũng biết tận hưởng cuộc đời, vui và buồn. Biết sống và chết cho tình yêu.

Thảo nhìn tôi, phân tâm rồi hả?

Tôi nói, kiểu này thì chắc cũng đến xôi hỏng bỏng không mất.

Ừ, Thảo bảo, tham thì thâm.

Nếu Đồng Xanh biết tôi đang nghĩ gì, chắc chắn nàng sẽ không gặp tôi nữa.

Tôi và Thảo cố ý ngồi lâu hơn, chờ cho mẹ con Đồng Xanh về trước. Tôi muốn nhìn thấy họ bước đi. Tôi muốn chiêm ngắm dáng dấp của họ. Và tôi thấy vui.

Thảo nói, tối nay sẽ đãi anh một chầu vui hơn.

10.

Khi tôi đến thì đã có năm sáu người quây quần dưới nền nhà. Tất cả với tôi đều lạ. Mồi và rượu đã bày sẵn. Một người đàn ông đang gảy đàn. Thảo giới thiệu tôi với mọi người, trong đó chỉ có một cô gái. Minh, cô ấy dạy học và làm thơ. Cũng may, Minh ngố ngáo nhưng khá xinh với mái tóc xù bất cần.

Nhậu và ca hát không phải là thứ tôi thích, nhưng ở một mình cái xứ lạnh lẽo này tôi biết làm gì cho hết ngày. Ăn tục và nói phét vốn là đặc tính của những người bất tài, nhậu với các ông bà nghệ sĩ thì sức chịu đựng của phàm nhân như tôi khó mà không bỏ về. Tuy nhiên, tôi lại chẳng có lý do gì để bỏ lỡ một cơ hội gặp gỡ với một người duyên dáng như Minh. Vì thế, tôi chỉ góp chuyện ở mức độ lịch sự, phần còn lại của tôi dành cho Minh. Tôi chưa đọc thơ Minh, nhưng cách biểu đạt cũng như sự diễu cợt của cô cho phép tôi tin thơ của cô hay.

Tôi nói nhỏ với Minh, nếu không có em hôm nay,

Đà Lạt không có gì.

Minh cười, nếu không có em, anh không lên Đà Lạt làm gì, đúng không?

Đúng vậy, tôi bảo, anh không biết lên Đà Lạt làm gì cho đến khi gặp em.

Minh cầm ly rượu, chào ông anh đáng yêu một ly.

Tôi cầm ly bia, chào em gái dễ thương nhất Đà Lạt.

Thảo chen vào, chào hai anh chị xạo ke vui vẻ.

Ông cầm đàn lên tiếng, đứa nào không xạo là ngu.

Một ông khác nghiêm trang nói, trong số những kẻ xạo xược được người ta ngưỡng mộ nhất, có lẽ không ai khác hơn là những lãnh tụ chính trị và bọn nhà văn nhà báo xu phụ, khi họ cấu kết với nhau để tạo nên những đại tự sự.

Tôi nhìn người vừa nói, anh ta để râu và đeo kính cận, không biểu cảm.

Câu chuyện đùa cợt bỗng trở nên bi phẫn và sôi động. Niềm tin và xương máu con người được trao cho những kẻ bất nhân. Họ nói và chửi thề.

Tôi cũng bị cuốn theo dòng thời sự. Lịch sử bị thao túng và con người mãi mãi đóng vai tốt thí cho những tham vọng quyền lực.

Thảo cầm ly rượu lên. Thôi nào, hỡi đồng bào không cần đứng sau lưng tôi nhưng hãy uống cạn chén đắng này cho trọn kiếp chó mèo...dzô...

Tôi không dzô nổi. Cầm cái ly lắc lắc, tôi nói với Minh, thơ mãi mãi là một cái đẹp chân thật nâng con người lên với trời cao.

Đôi mắt Minh long lanh không chỉ vì rượu mà còn rạng ngời bởi một niềm hạnh phúc bất chợt. Tôi muốn hôn khuôn mặt tràn đầy phấn khích ấy. Rồi tôi đã ôm Minh và hôn khuôn mặt chất chứa nỗi hiến dâng giữa đất trời, trước khi nàng lên xe về.

Quay vào nhà Thảo, tôi ngã người trên salon.

11.

Tôi tỉnh dậy khi trời chưa sáng hẳn. Thảo cũng đã thức, giặt quần áo và nấu nước. Thảo hỏi, anh muốn uống cà phê gì? Tôi nói, cho anh ly cà phê đen. Đầu óc tôi nhẹ tênh, dường như không một chút ký ức hay dư hương nào còn đọng trong tôi. Tôi bước ra sân làm mấy động tác thể dục và hít thở sâu cái mùi lạnh của hoa cỏ. Phía xa là núi. Dưới chân tôi, những vườn rau xanh mướt.

Thảo mang hai ly cà phê ra hàng hiên. Ngồi xuống cạnh Thảo trên chiếc băng dài, tôi quàng vai và hôn tóc Thảo. Tôi ngưỡng mộ những con người đơn độc như Thảo như Đồng Xanh như Đồng Cỏ. Tự do là khát khao của một trí tuệ thức tỉnh. Tự do cũng là khát vọng của một thân xác khỏe mạnh. Tình yêu và tình dục thiếu tự do là một tình yêu tình dục đày đọa.

Bầu trời trước mặt tôi sáng dần lên như mặt đất được giải thoát. Tâm hồn tôi vươn ra như những cành lá và bay đi. Tôi biết rằng, dù có hay không có Đồng Xanh hoặc Đồng Cỏ, tôi vẫn sống đời mình như một kẻ lạ và lạc lối. Tôi sẽ mãi mãi như thế. Mãi mãi đi tìm một giấc mơ không có thật. Đồng Xanh từng nói, em không phải là giấc mơ của anh. Nhưng tôi vẫn chỉ thấy Đồng Xanh là một giấc mơ không bao giờ hiện thực, ngay cả khi tôi ngồi bên và nắm chặt tay nàng. Khoảng cách giữa Đồng Xanh và tôi là sự ngưỡng vọng. Đồng Xanh cũng từng nói, ngưỡng vọng là bản chất của tình yêu. Nhưng Đồng Xanh cũng chưa bao giờ là người yêu của tôi.

Thảo hỏi, hôm nay anh sẽ làm gì?

Quả thật, tôi không biết phải làm gì ngoài việc tìm kiếm đồng xanh trong lòng phố. Đồng Xanh còn muốn gặp tôi không, tôi cũng không biết. Chào Thảo, tôi về khách sạn tắm rửa rồi nằm ngủ tiếp.

Không ngủ được, tôi mở điện thoại. Có một tin nhắn của Minh từ đêm qua, "Chúc anh ngủ ngon". Tôi nhắn lại, "Tôi đã ngủ và đã thức. Chúc em vui". Không muốn nói gì thêm, tôi mơ màng nhớ lại hình ảnh Đồng Xanh và bà mẹ trong quán ăn. Có điều gì đó bí ẩn xô đẩy tôi đến một thế giới khác. Không trọng lượng, phi giới tính và không cảm xúc. Ở đó không có khái niệm vô luân, sự tồn tại duy nhất là ước muốn tồn tại và tồn tại bằng ước muốn. Và khi thế giới chỉ là những ước muốn, Đồng Xanh, bà mẹ và tôi xuyên qua nhau tạo nên một thực thể khác, vừa thống nhất vừa cá biệt.

Tôi nhận ra tôi đang chìm trong những ảo ảnh. Không muốn sự u ám vây bám mình, tôi đi bộ ra phố.

Một lần nữa, tôi đối diện với Đồng Xanh và bà mẹ ngay trước hàng hiên một quán café. Tôi gật đầu chào và đứng đợi. Đồng Xanh giới thiệu, mẹ em mới lên chơi. Tôi chào bà lần nữa. Đồng Xanh giới thiệu tôi, anh Vĩnh là người vẫn giúp con tìm sách. Bà nhìn tôi có chút soi mói, chỉ hơi mỉm cười. Cũng phảng phất nét khinh bạc như Đồng Xanh. Quá khó với tôi để có thể xã giao, tôi nói, chị và Đồng Xanh đi chơi vui ạ. Đồng Xanh đỡ lời, em dẫn mẹ đi mua ít đồ. Anh cũng vui nhé. Thêm một lần chào. Và tôi nhìn theo họ như tôi đã làm thế trong quán ăn hôm qua.

Tôi tự nhủ, duyên nợ. Tôi để chân tôi bước đi, tới đâu thì tới.

12.

Đồng Cỏ nhắn tin cho tôi, "Em vừa tự bóp cổ mình, có một khoái cảm rất lạ. Rồi em bóp mạnh hơn và lâu hơn, em nhận ra chết vừa là một khoái cảm tính dục, vừa sâu thẳm và bí ẩn. Em đã khóc". Tôi nhớ lại, tôi cũng đã từng bóp cổ Đồng Cỏ trong một lần làm tình, như một khoái cảm khổ dâm mà nàng muốn. Đồng Cỏ bảo, sao lần đó anh không bóp cổ cho em chết đi. Tự sát có thể là một chọn lựa tốt, nhưng giết người sẽ là tội ác. Tôi nói, em chết thì anh chỉ còn cách nhảy lầu. Tôi không hiểu điều gì đang xảy ra với Đồng Cỏ. Tại sao em tuyệt vọng? Không phải em đang yêu Tấn và Tấn cũng yêu em sao? Anh có thể làm gì? Không phải em đã ước ao được cô đơn an tĩnh cho một tình yêu lớn không tình dục, không giới tính? Không phải em đã từ bỏ những phiền toái của ràng buộc?

Không còn thuộc về nhau, nhưng nỗi buồn của Đồng Cỏ cũng như tôi vẫn được chia sẻ. Chúng tôi vẫn lo lắng cho nhau. Và tôi vẫn mất ngủ mỗi khi cảm nhận một Đồng Cỏ buông thả trên giường với Tấn. Tôi nghĩ, nếu Đồng Cỏ yêu bất kỳ một ai đó, không phải một người bạn như Tấn, chắc tôi không khốn khổ đến thế.

Yêu Đồng Cỏ hơn bao giờ hết, nhưng tôi cũng thật sự không muốn làm tình với nàng nữa. Có thể điều ấy không làm cho Đồng Cỏ bất ngờ, nhưng sẽ buồn, cho dù nàng cũng muốn như thế. Tôi ở trong và ngoài nỗi đớn đau của chính mình, chìm đắm và chiêm ngắm nó.

Đồng Cỏ gởi cho tôi xem mấy tấm hình mới đi nối tóc. Nàng hỏi, đẹp không? Tóc dài, nhìn Đồng Cỏ dịu dàng hơn, nhưng cũng u uất hơn. Tôi bảo, rất quyến rũ. Đồng Cỏ cũng khoe, nàng mới mua một sợi dây chuyền phong thủy. Nàng nói, em muốn thay đổi. Tôi không tin mấy thứ hên xui vận hạn đổi đời vớ vẩn, nhưng sợi dây chuyền mỏng mảnh ấy ít ra đã làm cho vẻ đẹp phụ nữ của nàng trở nên duyên dáng dễ thương hơn. Và nó cũng làm sáng một vùng da thịt mịn màng vốn gợi cảm trở nên hấp dẫn hơn.

Cơ may đến bất ngờ, một tổ chức của Mỹ dành cho các nhà làm phim độc lập đã chấp thuận cho Đồng Cỏ qua Holywood tham dự một học bổng nghiên cứu nửa năm. Đồng Cỏ báo tin cho tôi và nói sẽ đi vào cuối tháng sau.

Dù sao, tôi cũng mừng cho Đồng Cỏ. Chúng tôi sẽ không gần nhau ít nhất sáu tháng, thời gian đủ để làm phai mờ những phiền muộn, cũng như có thể giúp chúng tôi bình tĩnh nhìn lại mối quan hệ không bình thường của mình.

    Cũng bất ngờ không kém, Đồng Cỏ tỏ ý cho tôi biết, nàng sẽ không gặp tôi nữa. Tôi nghĩ, Đồng Cỏ muốn dành hết khoảng thời gian còn lại cho Tấn. Không tránh khỏi hụt hẫng, tôi tự nhủ, thế là xong một mối tình.

    Lòng tôi như một bãi hoang. Dấu tích đổ nát theo chân tôi đi. Thời gian sẽ không còn là thời gian của trái đất quay tròn ngày và đêm, tôi sẽ phải sống với sự dằng dặc của trống vắng.

13.

Mưa đổ xuống đêm một vũng lầy. Mưa đổ xuống ngày một nỗi chán chường mệt mỏi. Tôi mắc mưa giữa phố. Đồng Xanh chạy xe ngang qua, nàng thấy tôi nên quay lại. Đồng Xanh nói, lên xe đi anh. Tôi kéo vạt sau của chiếc áo mưa cánh dơi lên, ngồi sau lưng nàng và trùm đầu che. Đồng Xanh vọt xe đi. Tôi không thắc mắc nàng sẽ chở tôi đi đâu. Ôm eo nàng và ngồi sát vào người nàng, tôi nghĩ, cứ mưa đi. Mưa cho tới kiếp sau tôi cũng vui, cho dù rất lạnh.

Vừa ra khỏi trung tâm thành phố thì mưa tạnh hẳn. Tôi sung sướng nhìn trời đất bao la. Càng đi càng hẻo lánh hoang dã. Cuối cùng Đồng Xanh cũng dừng lại trước một ngôi nhà gỗ, hiu quạnh bên sườn đồi. Đồng Xanh hỏi, nếu cho anh ở đây một mình, anh dám ở không? Tôi cười, anh chưa bao giờ có ý định trở thành một thiền giả. Nhưng nếu có em, thì anh ở đâu cũng được. Đồng Xanh bảo, ông xạo quá. Nàng đẩy cửa bước vào. Căn nhà trống trơn. Đồng Xanh nói, anh tự kiếm chỗ ngồi đi. Em nấu nước uống.

Một ông già gân guốc khỏe mạnh nhưng phong thái ung dung bước vào. Có vẻ như ông vừa làm vườn về. Tôi đứng dậy chào. Ông chỉ gật đầu. Đồng Xanh giới thiệu, anh Vĩnh, một người bạn. Quay qua ông già, Đồng Xanh nói, thày em. Tôi cũng nhận thấy ông giống một ông đạo.

Đó là người đàn ông đã đưa Đồng Xanh về nhà khi nàng bị một trong những ông dượng đầu tiên của mẹ bỏ lại trong một cửa hàng bán đồ lưu niệm. Từ ngày xa xưa đó đến nay, ông vẫn là người đáng tin cậy nhất của Đồng Xanh. Ông giải đáp những mâu thuẫn của cuộc sống và dạy nàng sự khôn ngoan cho một người yếu thế. Ông dìu dắt Đồng Xanh đi qua những nỗi buồn đau và sự thiếu thốn tình yêu thương. Ông cũng dạy nàng cách thấu hiểu người khác và sự đồng cảm với những bất hạnh. Nhưng trên hết, ông mang đến cho nàng sức mạnh của sự cô độc và khả năng chiến thắng nỗi cô đơn.

Ông không tu tập và cũng không dạy Đồng Xanh cách tu tập. Ông không sống như người suy tưởng và cũng không mở lối tư duy cho Đồng Xanh. Nhưng ông đã sống như một hành giả trong cuộc mưu sinh và tồn tại như một người vô cầu.

Tất cả những điều ấy đã giúp cho Đồng Xanh thoát khỏi ảnh hưởng của một người mẹ đa tình truân chuyên và những ông dượng vô nguyên tắc để không khinh rẻ tình yêu và ghê tởm tình dục.

Ông thày nói với tôi về mùa màng và thời tiết như

thể chính ông làm ra mùa màng và tạo nên thời tiết. Tôi cũng hơi ngạc nhiên, làm thế nào mà người nông dân này có thể tự tại và uyên áo đến thế.

Ông nói, thiên nhiên không phải là cái ta cần chế ngự, mà thiên nhiên đòi hỏi chúng ta sự thuận thảo. Anh hãy cứ đi ra đồng và đổ mồ hôi xuống đất, mặt đất không chỉ cưu mang anh mà mặt đất còn ban tặng anh ý nghĩa và niềm vui, sức khỏe và sự an bình.

Tôi có thể chiêm nghiệm điều ấy, nhưng tôi không thể cày cuốc để mưu tìm hạnh phúc. Tuy nhiên, tôi vẫn hiểu, tôi không được phép xa rời mặt đất. Tôi phải biết cách nằm xuống đất để tự hồi phục mình.

Chúng tôi cùng ăn trưa với nhau. Chỉ có rau và ít đồ khô, nhưng Đồng Xanh đã biến những thứ bình dị ấy thành cầu kỳ và mang hương vị Tây. Tôi ăn được rất nhiều nhưng vẫn thấy nhẹ bụng.

Câu chuyện của chúng tôi vẫn không dứt cho đến khi Đồng Xanh phải về vì công việc. Tôi nghĩ, đây là người đàn ông mà tôi sẽ phải gặp lại, không chỉ như một người thân thiết của Đồng Xanh, mà còn là người có thể cho tôi thấy thế giới ở một góc độ khác, minh triết gần gũi và đẹp đẽ hơn.

14.

Tâm trạng tôi có chút thay đổi. Tôi cần chậm lại. Đồng cỏ giờ xa vắng. Đồng xanh thì vẫn mơ hồ bí ẩn. Thảo bảo tôi đến chỗ nàng chơi. Minh đang ở đó. Tôi chợt nhớ ra, lần trước tôi đã ôm hôn Minh, rất bốc đồng. Có lẽ tôi cần phải xin lỗi về sự đường đột này. Nhưng khi gặp Minh và thấy nàng tươi vui, tôi lại nghĩ, hôn Minh là đạo lý. Không phải Minh cũng chờ đợi điều ấy sao? Tôi không thấy một khoảng cách nào với Minh. Gần gũi và dễ chịu, Minh tạo ra sự thoải mái. Không phải uốn lưỡi đắn đo. Không phải bận tâm suy nghĩ. Minh là sự an bình tự nhiên. Minh không cần được ngưỡng vọng. Minh là một bạn nhậu tuyệt vời, cũng như Thảo. Vì thế, lần gặp lại này, chúng tôi như những người bạn cũ, thân thuộc và cởi mở. Và chúng tôi tán dóc về mọi thứ.

Minh và Thảo hôn nhau. Tuy bất ngờ, nhưng tôi thấy vui. Và tôi nói, sao không cho tôi vui chung. Họ rời nhau và chừa cho tôi một khoảng trống, tôi chen cái mặt của tôi vào. Họ cùng hôn tôi. Tứ hải giai huynh đệ. Có mỗi điểm này, Khổng Phu Tử người nước Lỗ nói đúng. Xã hội chủ nghĩa bất diệt.

Tán dóc cũng vui nhưng chưa đủ. Chúng tôi bày trò hủy diệt nhau. Mỗi người một kịch bản và tự làm đạo diễn. Tôi để cho hai cô làm trước.

Thảo đặt cái bàn nhỏ ra giữa nhà rồi bảo tôi ngồi lên và cho tôi tự chọn cách ngồi. Tôi ngồi lên bàn theo tư thế thiền. Minh được yêu cầu giúp nàng đi lấy bát nhang và để trước mặt tôi. Tất cả đồ chúng tôi đang ăn biến thành đồ cúng.

Tôi được lên bàn thờ. Thảo và Minh tế sống tôi. Gã tình nhân lang chạ đã chết. Lúc đầu, tôi buồn cười và cười ngặt nghẽo. Thảo bảo, chết rồi không được cười. Tôi nói, anh ngậm cười nơi chín suối mà. Minh nói, muốn cười thì chỉ được cười tủm. Khi cả hai thắp nhang và vái vong tôi ba lạy, tôi thật sự không cười nổi nữa. Thảo yêu cầu tôi ngồi yên làm một kẻ đã chết. Rồi cả hai tiếp tục uống, tất nhiên tôi cũng được cúng từng ly theo đà uống của họ. Họ uống như hai người yêu nhau, trầm tĩnh và đắm đuối. Tôi đoán họ sẽ làm tình trước mặt tôi như một tuyên ngôn, đàn ông đã chết. Nhưng không, đàn ông đã chết mà không cần phải được bố cáo. Trong thế giới của họ, đàn ông chỉ là đồ trang trí.

Tôi ước có Văn ở đây, lúc này để cùng tôi diễu cợt cái chết như chết chỉ là một trò đùa của sự sống. Tuy nhiên, tôi xao xuyến và khó thở cho dù tôi biết chẳng có gì hệ trọng.

Không cần trò chơi kết thúc, tôi bước xuống, đăm chiêu và mệt mỏi. Tôi như vừa qua một cuộc tử nạn, lặng lẽ rót rượu uống một mình. Rồi tôi nằm xuống bên họ. Tôi muốn chết thật sự. Đồng xanh và đồng cỏ ở đâu, tôi không biết. Tôi muốn làm con chó của Đồng Xanh. Tôi muốn làm con mèo của Đồng Cỏ. Thế giới tôi vật vờ chỉ là những dự phóng xô lệch. Tôi như kẻ chết trôi. Vô định và vô nghĩa. Nhưng Thảo và Minh không cho tôi chết. Họ đổ rượu vào miệng tôi. Tôi sặc sụa và ngồi bật dậy. Tôi nghĩ, tôi sẽ phải hiếp họ. Nhưng tôi đã lao vào ôm một khoảng trống và ngã xuống.

Thảo nói, ổng say rồi. Để yên cho ông ấy ngủ.

15.

Đồng Cỏ đã đến Mỹ. Nàng nhắn cho tôi, em mệt và cô đơn. Tôi không biết nói gì. Tôi đã ở ngoài đồng cỏ, xa vời cả khoảng cách và tình cảm. Bùi ngùi, tôi chúc nàng ngủ ngon. Đồng Cỏ bảo còn sớm, nhưng em sẽ ráng ngủ cho quen múi giờ. Tôi không còn nhắn cho nàng như trước kia, ôm em suốt đêm. Tôi im lặng mặc niệm. Nhưng tôi không thể quên bất cứ điều gì. Đồng thời, cũng quá nhiều mất mát, tôi không còn thấy Đồng Cỏ trinh bạch như cách chúng tôi đã yêu nhau. Con mèo con dễ thương giờ đã u hoài đầy trong mắt. Đồng Cỏ yêu Tấn nhưng không hạnh phúc. Có thể cũng như tôi, Đồng Cỏ chạy đuổi theo những ảo ảnh của tình yêu, vọng tưởng về hạnh phúc và đau khổ. Vì thế, nỗi cô đơn chẳng những không được lấp đầy mà còn bị thương tổn hơn. Tôi xót xa Đồng Cỏ yếu đuối. Tôi thương Đồng Cỏ bé bỏng.

Đồng Cỏ đã sống một mình và sẽ mãi mãi một mình ngay cả khi có người yêu như tôi, như Tấn, như những người đàn ông khác.

Còn tôi thì sao? Tôi cũng mãi mãi một mình và nhận biết sự một mình ấy không chỉ như một thách đố mà còn là một niềm kiêu hãnh. Tôi đi qua trần gian này và sẽ không ngoảnh lại. Nhưng tôi yêu nó như tôi yêu đồng cỏ, tôi ngưỡng vọng nó như tôi ngưỡng vọng đồng xanh.

Tôi như kẻ lỡ đường chờ một chuyến xe. Nhưng tôi đã từ chối mọi cơ hội, tôi không để kẻ khác quyết định số phận mình. Và tôi còn lại với tôi như kẻ lạc lõng.

Không một ai chờ tôi ở phía trước. Cũng không một ai còn lại phía sau. Nỗi cô đơn tuyệt đối mà Đồng Cỏ mong ước đạt tới, cũng như nỗi cô đơn của Đồng Xanh hằng có vẫn tồn tại như thế này?

Vũng lầy chôn vùi chúng ta.

Đồng Cỏ nhắn, em nhớ lại giai đoạn sống ở Hongkong, cũng một mình, nhưng không trơ trọi như ở Mỹ bây giờ. Có thể vì Hongkong chật chội và gần gũi, quay qua đụng vào cái này, quay lại chạm vào cái kia. Còn Mỹ thì dàn trải, mênh mông quá. Sự trơ trọi làm em không đứng vững. Cũng có thể em bị covid rồi. Ói và ho. Biết đâu em sẽ chết ở đây.

Tôi lo lắng, nhưng không biết làm sao. Tôi nhắn lại, em ráng bình tĩnh. Có thể chỉ là dị ứng với khí hậu, thời tiết.

Cho đến mấy ngày sau, Đồng Cỏ vẫn không nhắn gì cho tôi. Sống một mình và chết một mình, lẽ nào sự bi thương và lớn lao ấy đã đến giờ hoàn tất?

16.

Tôi gặp lại Đồng Xanh như một phao cứu sinh giữa biển. Nàng biết tôi không ổn nhưng không hỏi gì. Đồng Xanh chăm sóc tôi hơn như bản chất của một phụ nữ với một đứa bé đáng thương. Lòng đầy biết ơn, tôi cũng cảm thấy mình gần gũi Đồng Xanh hơn. Nàng đưa tôi trở lại gặp ông thày và chúng tôi cùng đi vào rừng.

Ông thày dẫn đường. Tận heo hút, một ngôi nhà gỗ khang trang lẫn trong cây cỏ. Ở đó, một cặp vợ chồng già tận hưởng thiên nhiên hoang dã. Họ vui mừng khi thấy chúng tôi.

Người chồng nói với ông thày, mấy hôm nay mưa quá, chúng tôi gần như cạn hết thực phẩm. Tuy nhiên, gà thì vẫn đầy chuồng.

Ông thày cười ha ha, chúng tôi cũng chỉ cần có thế thôi.

Ông thày mang vào một bao khoai, nói mưa thì đã có khoai cho ông bà nướng đây.

Mỗi lần đến thăm họ, ông thày đều mang theo một bao đầy, củ quả và rượu. Sau khi uống một tuần trà nóng, Đồng Xanh vào bếp phụ bà vợ làm gà. Phụ nữ cũng có những chuyện riêng của họ.

Một nồi cháo gà thơm phức. Bản chất cao ngạo và cô độc không làm cho Đồng Xanh quên chăm sóc mọi người. Nàng cũng giục tôi ăn. Giữa những câu chuyện về mùa màng thời tiết, ăn uống là một lạc thú, nhất là giữa những người làm ra thức ăn này, trực tiếp từ bàn tay của họ, việc ăn không chỉ là thụ hưởng thành quả lao động, mà nó hòa quyện cuộc sống, ý nghĩa và hạnh phúc một cách tự nhiên nhất. Cũng chưa bao giờ tôi thấy việc tiết chế, ăn chay hay coi thường chuyện ăn uống lại đần độn đến thế. Thưởng thức món ăn bao giờ cũng là một nghệ thuật, nó cũng không khác gì nghệ thuật uống rượu, cà phê hay trà đạo. Sự tinh tế hay triết lý từ nghệ thuật pha chế, nấu nướng đến khuôn phép thưởng thức chẳng phải đã là công phu góp nhặt từ bao đời đó sao. Tu là đạo, ăn cũng là đạo. Sự tao nhã cũng như phong cách tận hưởng ăn uống là một nghệ thuật sống, đẳng cấp của văn minh.

Tôi nhớ đến Đồng Cỏ. Nhìn Đồng Cỏ ăn, tôi thấy sự sung sướng thỏa mãn của một người biết giá trị của lạc thú trần gian.

Bên cạnh tôi, lại là một Đồng Xanh khoan thai nhỏ nhẹ. Cho dù rất trái ngược, nhưng tôi lúc nào cũng thấy Đồng Xanh và Đồng Cỏ là một. Tôi yêu Đồng Xanh cũng như Đồng Cỏ. Họ là một phụ nữ của tôi, cho dù Đồng Xanh chưa bao giờ yêu tôi, Đồng Cỏ đã bỏ tôi. Ăn và yêu là trần gian thiết tha của tôi.

Ăn xong, tôi và Đồng Xanh ra ngoài đi dạo. Lòng tôi hân hoan, tôi như rừng cây lao xao gió, Đồng Xanh như mặt đất bao dung. Tôi như có cả bốn mùa xuân hạ thu đông đang ôm lấy. Đồng Xanh như tất cả thời gian độ lượng. Chưa bao giờ tôi thấy mình an bình và hạnh phúc đến thế. Sự giản dị và nguyên sơ trong nhận thức tôi về hiện tại mới trong lành làm sao. Tôi không còn băn khoăn mình có được yêu hay không. Cũng không bận tâm mình sẽ phải làm gì. Tôi đang bước đi như một kẻ sống sót sau một suy tàn tận diệt của những điều đã cũ. Tôi nghe tiếng thác đổ và tôi biết cuộc sống vẫn huy hoàng và mạnh mẽ, như tôi, như Đồng Xanh, như ông thầy và ông bà lão kia.

Tôi nhìn qua Đồng Xanh và Đồng Xanh cũng nhìn tôi. Mỉm cười với nhau, tôi biết một cách nào đó, chúng tôi đang hòa vào nhau như sự thấu hiểu. Sự kiêu hãnh lạnh lùng vốn dĩ trong nỗi cô đơn tuyệt đỉnh của Đồng Xanh đã trở nên khoan hòa và nhân hậu.

Tôi nói với Đồng Xanh, em như một người mẹ của những đứa trẻ mồ côi.

Không. Đồng Xanh bảo, em chỉ là một đứa trẻ con háo thắng nhưng không biết giữ gìn chiến thắng, cũng như chiến lợi phẩm. Em sẽ mất anh, ngay sau khi em thuộc về anh. Em không muốn mất anh, anh hiểu không?

Tôi gật đầu. Anh sẽ coi như em chưa nói gì.

17.

Trở lại Mỹ, em như được sống lại thuở mười tám, hai mươi. Party, drinking và hút cỏ. Gặp lại mấy đứa bạn cũ ở Hongkong, cũng như em, cảm giác về sự bế tắc thật sự không chịu nổi. Tụi nó bỏ chạy. Em cũng không muốn trở về nữa. Đồng Cỏ nhắn cho tôi sau một tuần im lặng. Nàng không bị covid.

Tôi yên tâm.

Đồng Cỏ nói, có thể em sẽ phải tìm một thằng nó nào đó ngủ cho đỡ buồn. Sự trống trải dày vò em.

Cũng tốt thôi, tôi bảo.

Tuy nói thế nhưng tôi vẫn buồn, dù chúng tôi không còn thuộc về nhau. Tôi biết cũng không dễ để Đồng Cỏ tìm kiếm một tình yêu mới, nhưng để giải trí thì không quá khó, nhất là với một phụ nữ không xấu. Quả thật, chẳng bao lâu sau đó, Đồng Cỏ khoe, em mới gặp một thằng Pakistan khá hay. Chỉ có thế. Tôi không muốn suy đoán thêm về sự gặp gỡ ấy của Đồng Cỏ. Tôi chúc mừng và cố gắng quên Đồng Cỏ.

Trời vẫn xanh thẳm và mùi của đồng cỏ vẫn mênh mang.

Đồng Cỏ nói, em mong anh sẽ tìm được một người mới, đàng hoàng hơn em.

Tôi tự hỏi, thế nào là đàng hoàng? Đó có phải là điều cốt yếu không? Chẳng phải tôi đã yêu Đồng Cỏ vì một dáng vẻ phóng túng, bạt mạng ngay khi mới gặp sau một buổi xem phim của người bạn? Hôm đó, có phải Đồng Cỏ đã tự gởi gấm mình trong vòng tay ôm của tôi lúc chia tay? Không see you again, nhưng định mệnh đã xô đẩy chúng tôi vào nhau, như một tất yếu, để đắm say và để đau khổ.

Đồng Cỏ nhắn, Alexis giống anh, một cách kỳ lạ. Anh ổn không?

Anh ổn, tôi trả lời, anh cũng mới gặp một người, đại thể rất khác em, nhưng anh có cảm nhận, cô ấy chỉ là một phiên bản khác của em, như mặt trái với mặt phải của cùng một con người. Nói một cách khác, cô ấy mới là bản gốc, em là một phóng ảnh. Có thể anh nói điều này sẽ làm em buồn và cô ấy đau. Nhưng với anh, em và cô ấy là một, không sau không trước. Đồng cỏ hay đồng xanh cũng chỉ là một cánh đồng. Trên cánh đồng ấy, anh là mù sương buổi sáng.

Chúc mừng anh, Đồng Cỏ nói, cô ấy là gì với em

không quan trọng. Mong anh vui.

Tôi nói, cũng không có gì vui. Cô ấy không yêu anh. Tuy nhiên, anh vẫn coi cô ấy là một người yêu. Tìm được một người để ngưỡng vọng cũng đủ hạnh phúc.

Nhưng với em, Đồng Cỏ nói, dường như chỉ có xác thịt?

Tôi nói, em là hiện thực. Cô ấy là giấc mơ. Trần gian mộng ảo là em và cô ấy đồng hiện trong đời anh như một giấc mơ tìm thấy. Và anh cảm thấy mình trọn vẹn.

Đồng Cỏ nói, anh là một người ích kỷ điển hình mang tính đực.

Tôi bảo, ai cũng ích kỷ theo cách của mình. Nếu không ích kỷ, làm sao chúng ta có thể tồn tại như một cá thể?

Người ta vẫn có thể có những chọn lựa khác, Đồng Cỏ nói. Khi em yêu một người khác, ngoài anh, chỉ có nghĩa em vẫn cô đơn. Và em biết rằng, đàn ông không phải là cái để lấp đầy cô đơn. Nhưng em biết phải làm sao? Đừng tìm cách trả thù em.

Anh vẫn yêu em, tôi nói, anh không trả thù em. Yêu một người khác, cũng chỉ có nghĩa anh tự yêu mình. Em nói anh ích kỷ, anh đồng ý. Một người khác là một người khác, không chính/phụ. Người khác ấy, họ cũng chỉ sống đời họ. Biết đâu, anh cũng chỉ là trò chơi của họ.

Ừ, Đồng Cỏ nói, chúng ta là trò chơi của nhau.

18.

Tôi về Sài Gòn, lòng nặng trĩu.

Cảm giác về sự thất bại làm tôi ê chề. Đồng Xanh và Đồng Cỏ không bao giờ thuộc về tôi. Cà phê với Văn, tôi cũng không cảm thấy thoải mái. Tuy nhiên, tôi vẫn có nhu cầu chia sẻ, tôi không thể đơn độc, mặc dù tôi luôn đơn độc. Tôi đến chơi với Mi. Mi nấu cơm chay, chúng tôi ăn giữa những câu thần chú về niềm tin của sức mạnh mật tông. Mi cũng chia sẻ với tôi về sự an lạc từ các thầy Tây Tạng, sư phụ của cô. Nhưng tôi chỉ thấy vẻ đẹp hùng tráng của trí tuệ và thể chất nơi các thầy mà tôi từng gặp. Và nó là một vọng động khác. Tôi thích sự chăm sóc của Mi, điều đó mang an lạc đến cho tôi còn hơn bất cứ một kinh tụng nào. Tôi thân với Mi từ rất lâu đến nỗi tôi không còn nhớ tình thân ấy đã bắt đầu như thế nào.

Mi nói, tự do là một điều kiện. Nhưng nếu cụ biết buông bỏ, thì tự do ấy mới trở thành vô điều kiện.

Tự do là tự tâm, tôi nói. Kiến tánh thành Phật, đó là tự do. Nhưng dù kiến tánh, anh vẫn bi lụy. Giữa biết và thành là chấp. Anh vẫn luôn là kẻ tìm kiếm. Và chấp vào sự tìm kiếm như một ý nghĩa, dù biết đích đến cũng chỉ là vô nghĩa.

Còn yêu được thì cứ yêu, Mi bảo, nhưng tình yêu của cụ giống như một thứ sát sinh. Cũng oan nghiệt đấy.

Thật ra, tôi đính chính, anh chỉ tự hủy. Chết đi và sống lại, anh không biết đã đi đến tận cùng của sự sống và cái chết chưa, nhưng dù sao, tận hiến vẫn là một cách sống mà anh chọn lựa.

Mi bảo, chúng ta như những kẻ đi tìm bóng.

Tôi nhún vai, lắc đầu. Đành thế. Liệu chúng ta có thể uống một ly cà phê, nhìn đời đi qua và không nghĩ gì cả được không.

Mi pha cho tôi một ly kỷ tử và tặng tôi một viên thuốc nhỏ của các thầy Tây Tạng ban. Mi bảo thần lực của chư Phật nằm trong đó. Tôi nghĩ, đây là một liệu pháp tinh thần hơn là công dụng thực tế. Tuy nhiên, tôi vẫn uống với lòng biết ơn. Bản thân tôi kính ngưỡng Milarepa như một con người ngoại hạng, từ cuộc đời đến thi ca. Vì thế, tôi cũng kính ngưỡng mật tông như một con đường ngắn nhất đi đến tuyệt đối.

Tháng sáu Saigon đã mưa nhiều, nhưng vẫn còn những ngày nắng nóng như điên dại. Mi nói vô phòng Mi ngủ một giấc chờ trời mát rồi hẳng về. Mi làm việc. Tôi để nguyên quần áo nằm xuống giường. Mùi đàn bà phảng phất. Tuy buồn ngủ, nhưng tôi không ngủ được. Nghĩ ngợi lan man. Một phụ nữ sắc sảo khôn ngoan như Mi không yêu đương bừa phứa. Tôi chỉ ngạc nhiên sao cô có thể chịu đựng được sự cô đơn một cách bình thản đến vậy. Việc ăn chay trường của cô là từ tâm với các sinh linh hay chỉ là cách trấn an với những xao xuyến trong lòng? Không bao giờ hỏi Mi về con đường tu tập của cô vì tôi xem đó một thầm kín riêng.

Tôi như kẻ đã xa lìa thế giới rồi đột nhiên trở về, xa lạ với cuộc sống và không ngớt ngạc nhiên về phụ nữ. Quả thật, tôi chưa bao giờ hiểu được phụ nữ, tôi không có bất cứ một trải nghiệm nào với họ. Phụ nữ bí ẩn và những suy đoán của tôi về họ thường sai. Tôi vụng về và nhiều khi ngây ngô. Đồng Xanh hay Đồng Cỏ có thể đã rất thất vọng về tôi, cho dù tôi đã chân thành trong mọi sự. Tôi không có gì để áy náy hay hối tiếc.

Buổi chiều, Mi và tôi thả bộ dọc theo bờ sông. Mi nói, cụ thả lỏng đi. Đừng đăm đăm như thế, khó coi. Tôi bật cười. Khó chịu quạu quọ, đấy là tôi. Tuy nhiên, tôi vẫn thấy những cô gái đang tập thể dục quanh đây đều đẹp, khỏe mạnh. Dường như họ cũng đang chiến đấu cho một điều gì đó.

Tôi như kẻ đứng ngoài thế giới. Xâm nhập vào cuộc đời, tôi chỉ có mỗi cách chọn một cô gái nào đó dẫn đường. Nhưng cuối cùng, tôi vẫn là kẻ lạc đường.

Đồng Cỏ bảo tội nghiệp anh.

Đồng Xanh nói anh có đi đâu mà bị lạc.

Mi bảo cụ gặp toàn ma nữ.

19.

Đồng Xanh bất ngờ nhắn cho tôi, em đang trên xe vào Sài Gòn.

Tôi ồ lên, vui quá.

Đồng Xanh nói, cho đến khi đã ngồi trên xe, em mới chắc chắn là mình đi đâu.

Tôi đùa, ngẫu hứng muốn kiếm một đứa con à? Nói xong tôi biết mình lỡ lời, vô duyên.

Em không thích có con. Giả dụ em muốn có con thì anh cũng không phải bố của con em.

Em đi công việc hay đi chơi?

Em đi không vì điều gì cả. Tự dưng em thấy cần phải đi đâu đó thôi. Và cũng không chắc em sẽ gặp anh.

Tôi nghĩ, phụ nữ rắc rối. Giấc mơ làm mẹ có phải là khao khát lớn nhất của phụ nữ không? Tôi không biết. Nhưng tôi tin mọi thứ lý tưởng như làm cho cuộc sống tốt đẹp hơn, hay ý nghĩa hơn cũng không đi xa hơn mối quan hệ căn bản nam nữ và con cái, xét trên bình diện tổng quát.

Thành phố chật chội. Và Đồng Xanh cũng không muốn cho tôi biết nàng ở đâu. Tôi hẹn Đồng Xanh ở một quán cà phê đường Hàn Thuyên, ở đây có view đẹp. Đồng Xanh cũng không nói có đến hay không. Tuy nhiên, nàng đã đến đúng giờ.

Tôi muốn ôm nàng. Nhưng sợ sẽ bị từ chối, tôi chỉ đứng lên kéo ghế cho nàng. Tôi nói, em đẹp. Thật ra, tôi đã nhìn thấy đôi mắt phấn khích và một ý chí bất chấp của nàng.

Đồng Xanh cười nhẹ, anh khỏe?

Anh đủ khỏe để yêu em.

Tán gái cũng cần có sức, Đồng Xanh nói.

Tôi gật đầu, nhất là với một người như em.

Một khởi đầu vui vẻ. Công viên thơ mộng hơn với những phụ nữ mặc áo dài làm dáng chụp hình. Cà phê cũng ngon hơn, tôi nhấm nháp niềm vui như thể Đồng Xanh đã thuộc về mình. Mặc dù, tôi biết Đồng Xanh luôn giữ một khoảng cách để quan sát và phòng thủ. Tuy nhiên, tôi đã đang phơi bày mình như lộn trái cả bản thân.

Anh tưởng sẽ không còn cơ hội gặp em nữa, tôi nói.

Sao anh lại tưởng vậy? Đồng Xanh hỏi.

Ngay sau khi chia tay em ở Đà Lạt, anh nghĩ câu chuyện của chúng ta đã chấm dứt. Bởi vì, em không cho anh một niềm hy vọng nào. Cho dù em vào Sài Gòn về bất cứ lý do gì, anh cũng bất ngờ và vui.

Đồng Xanh nói, em vào đây chắc chắn không phải để tìm anh. Nhưng nếu không có anh thì chưa chắc em đã đi. Thật đấy.

Cám ơn em. Hình như vẫn có điều gì đó mà chúng ta không vượt qua được, tôi nói.

Có phải vì mất Đồng Cỏ mà anh tìm đến em không? Bất chợt Đồng Xanh hỏi.

Không, anh không tầm thường đến thế. Sự hấp dẫn nội tại của em lôi cuốn anh mà không cần phải có bất cứ lý do nào. Và anh biết anh không cưỡng được sự lôi cuốn ấy, nếu em muốn.

Em không quan tâm Đồng Cỏ là người thế nào, nhưng em muốn biết anh có quên được Đồng Cỏ không?

Anh không quên. Nhưng đấy là một thế giới khác. Em là một thế giới khác.

Đồng Xanh cười, cứ như là thế giới song song ấy nhỉ. Em không phải là phiên bản của một ai khác, hay một thế giới khác. Chúng ta chỉ có một thực tại.

Tôi cũng cười, em là thực tại duy nhất.

Nhưng dưới mắt anh, em không phải là em như đúng là em, mà em chỉ là thứ anh tô vẽ cho ước mơ của anh.

Em đã không cho anh cơ hội để yêu em như đúng là em, vì thế, anh đã yêu em như một giấc mơ.

Anh không biết em nghĩ gì, khao khát điều gì. Liệu thế có phải là yêu không?

Quả thật, tôi vẫn như người đứng ngoài cuộc đời Đồng Xanh. Tôi có thể làm gì hơn? Tôi không biết gì hết. Cánh cửa đã đóng lại. Tiếng đập cửa của tôi vô vọng.

Tôi hỏi Đồng Xanh muốn ăn gì, Tây Tàu Nhật Bản Hàn Quốc hay Ấn Độ. Đồng Xanh bảo em đang ăn kiêng. Tôi đưa Đồng Xanh đến một nhà hàng chay. Chúng tôi không nói gì hơn ngoài những câu chuyện vu vơ về sở thích ăn uống và một vài cuốn sách đang được công chúng yêu thích. Tôi nhận ra sở thích ăn uống của Đồng Xanh rất khác tôi, nhưng lại giống nhau trong việc đánh giá về một số tác phẩm và tác giả. Thậm chí, tôi thấy Đồng Xanh sắc sảo và uy lực trong những nhận định của mình. Nàng yêu chữ nghĩa và khắt khe với văn chương.

Câu chuyện giữa chúng tôi trở nên thoải mái hơn. Và tôi biết, cho dù Đồng Xanh không yêu tôi như tôi mong ước, nhưng chúng tôi cũng sẽ không thể xa nhau.

Mỗi ngày tôi đều đến đón Đồng Xanh đi ăn tối. Tôi không thích tranh luận khi ngồi với phụ nữ nên tôi đã không rủ Văn. Bởi Văn vẫn thích tranh cãi như thể không tranh cãi thì không tồn tại. Tôi không coi chuyện thắng/thua, hay đúng/sai là quan trọng. Sự dấn thân thật sự và nỗi cô đơn của mỗi con người không phải là cái để bàn luận. Sống và hành động là chọn lựa cách thế ở đời của mình, tôi không có nhu cầu giãi bày hay chia sẻ. Tôi sống cho tôi và không vì một điều gì khác.

Cũng như Đồng Cỏ, có thể Đồng Xanh thấy tôi là

người ích kỷ hay chỉ biết nghĩ về mình. Và Văn không đồng ý với tôi nhiều điều. Cũng không hề chi. Tôi vẫn lao về phía trước như một mũi tên không đắn đo.

Hôm sau, tôi chọn một nhà hàng Pháp ẩn khuất trong hẻm giữa khu trung tâm để nhớ lại lần gặp đầu tiên với Đồng Xanh ở Đà Lạt, cũng là một nhà hàng Pháp cầu kỳ và tinh tế, thêu dệt một chút lãng mạn.

Đồng Xanh hỏi, anh đang nghĩ gì?

Tôi nói, anh đang âm mưu làm thế nào để hôn được em và uống lấy mùi miệng em.

Anh cứ mơ những gì anh muốn.

Quán vắng. Tôi nhìn ngắm Đồng Xanh và tôi muốn nói những lời điên dại, mê cuồng từ sâu kín lòng tôi khao khát, nhưng tôi kìm chế. Đây là lúc không cần phải hoa mỹ. Đây là lúc của ngôn từ chân thật. Của cảm xúc giản dị nhưng lớn lao từ bản năng và trái tim. Của mê vọng tận hiến và tự hủy. Tôi yêu Đồng Xanh như sự sống và nỗi chết của tôi.

Giấc mơ của tôi tự bôi xóa. Và giấc mơ của tôi cũng tự vun trồng những mầm xanh mới. Tôi sống giữa tuyệt vọng và hy vọng, giữa hư ảo và hiện thực.

Gặp nhau mỗi ngày, nhưng tôi vẫn như ở ngoài Đồng Xanh. Khoảng cách của sự thấu hiểu dường như tôi vẫn không vượt qua được. Tôi không thật sự biết Đồng Xanh mong mỏi điều gì và nàng muốn tôi làm gì. Tôi chỉ biết yêu nàng theo cách của tôi, ngưỡng vọng và bộc trực nỗi niềm như tôi là thế.

20.

Giữa lúc tưởng như Đồng Cỏ đã quên, tôi nhận được một tin nhắn vỏn vẹn chỉ có hai từ của nàng, "em buồn". Tôi nhắn lại hỏi thăm, nhưng Đồng Cỏ không trả lời. Tôi cũng không liên lạc với Tấn để xem mối quan hệ của họ còn không. Tôi không coi Tấn là bạn nữa.

21.

Đồng Xanh hỏi, có thứ gì kích thích đủ để bứng chúng ta khỏi mặt đất này?

Chỉ có một thứ duy nhất có thể bứng chúng ta khỏi mặt đất này là tình yêu, tôi nói. Và tình yêu cũng là lý do tối hậu để chúng ta bám vào mặt đất này. Anh sẽ không biết phải sống thế nào, nếu không có em.

Tôi không nói để tán tỉnh Đồng Xanh. Tôi muốn ôm Đồng Xanh vào lòng, nhưng tôi như con chuồn chuồn vỡ cánh giữa lưng chừng ngọn gió, dự báo thời tiết những ngày ảm đạm. Có phải nỗi cô đơn của Đồng Xanh đã loại bỏ tôi bên ngoài những khát khao của nàng?

Em không mường tượng được, Đồng Xanh nói, có ngày em lại ngồi cạnh một người như anh.

"Ngồi cạnh" là một nan đề triết học. "Một người như anh" lại là một vấn nạn xã hội. Tôi hỏi, "một người như anh" là sao?

Đồng Xanh bảo, anh là một thế giới khác mà em không thuộc về. Em chưa bao giờ nghĩ tới việc em sẽ bước vào thế giới ấy, huống chi lại ở bên anh, theo một cách nào đó.

Tôi cười, anh hiểu. Nhưng chính em là người đã đến và mở cửa bước vào thế giới ấy.

Đến giờ, em cũng không hiểu tại sao lúc ấy em lại làm thế, Đồng Xanh nói.

Anh cảm nhận được từ sâu thẳm mối quan hệ này như một sự sắp đặt bí ẩn của số phận, mà chúng ta ngộ nạn.

Nhìn thẳng vào tôi, Đồng Xanh hỏi, sao không phải hạnh ngộ mà lại là ngộ nạn?

Điều này thật sự anh cũng không hiểu, anh nói như một dự cảm thôi.

Kệ, Đồng Xanh nói.

Ừ, kệ.

22.

Đồng Cỏ nhắn tin hỏi, cô gái của anh thế nào rồi?

Tôi trả lời, cô ấy vẫn không yêu anh.

Em tưởng anh là người bất khả chiến bại.

Không. Với em, chẳng phải anh cũng đã là người thất bại sao?

Anh tìm người khác đi. Đừng mất công tán tỉnh.

Ở đây em cũng chơi banh xác. Em bỏ thằng Pakistan rồi. Bữa giờ, bụp toàn bọn da trắng. Chút nữa em sẽ gặp một thằng đen.

Cẩn thận, coi chừng vỡ tử cung đấy.

Ừ, em cũng hơi ớn.

Tuy nói chuyện như không có gì, nhưng tôi không tránh khỏi buồn chán. Đồng Cỏ đang hủy hoại mình. Nàng không đủ tự tại để vượt qua sự khắc nghiệt của cô đơn, mặc dù Đồng Cỏ vẫn yêu nỗi cô đơn của mình và khinh miệt sự tầm thường của con người.

23.

Tôi hỏi Đồng Xanh, em có ý định gặp Văn không?

Em nghĩ là không cần thiết, Đồng Xanh nói.

Tuy nhiên, ngày cuối cùng ở Sài Gòn, Đồng Xanh đã gặp Văn và họ có một tối uống rượu với nhau. Tôi không hỏi Văn hay Đồng Xanh có vui không. Tôi cũng không quan tâm việc Văn có thích Đồng Xanh hay không.

24.

Đồng Cỏ hoang đàng và bất chấp. Đồng Xanh lạnh lùng và bất cần. Tôi rủ Văn đi Bangkok chơi, nhưng Văn không đi. Lấy lý do bận, dường như Văn e ngại hay lấn cấn gì đó trong mối quan hệ chung giữa hai chúng tôi và Đồng Xanh. Một mình, tôi vác nỗi chán chường đi Bangkok.

Khu đèn đỏ trên đường Sukhumvit tấp nập gái đứng đường. Nhưng tôi không giải quyết nỗi buồn của mình bằng gái. Tôi lang thang trong các con hẻm tìm kiếm sự khác biệt với Sài Gòn.

Mi nhắn tin cho tôi, cụ hãy đến bất cứ một ngôi chùa nào, càng vắng càng tốt. Ngồi xuống và để lòng thinh lặng.

Tôi bảo, lòng anh đã là một ngôi chùa rồi.

Nhưng chùa thì phải có Phật, Mi nói, mà cụ không cần Phật đúng không? Vì thế, lòng cụ không thể là chùa.

Nếu cụ có là chùa thì hãy phá nó đi. Cụ đang chấp vào chính cụ đấy.

Anh không chấp vào anh nữa thì anh phải chấp vào em thôi.

Mi cười ha ha. Em không cứu rỗi được cụ đâu. Thà là cụ cứ đi chơi đĩ đi.

Chỉ có một gái đĩ là Madalena cứu rỗi được anh thôi, tôi nói, nhưng cô ấy đã thuộc về Chúa rồi.

Mi nhắn, cụ cứ ở đó đi. Em sẽ qua.

Hai ngày sau, Mi và một cô bạn nhỏ tìm tôi trong khách sạn. Tôi như sống lại sau một cơn bạo bệnh.

Mi bảo, em sẽ là quan âm cứu khổ cứu nạn cho cụ.

Anh cần một Madalena, tôi nói, không cần quan âm thị Mi.

Mi dùng một ngón tay gõ vào trán tôi nói, cứng đầu.

Dẫn tôi đi chùa thiền định, Mi bắt tôi ngồi cạnh để cô truyền năng lượng vũ trụ cho tôi. Tất nhiên tôi không thể thiền, mặc dù tôi vẫn ngoan ngoãn ngồi bên cô. Lòng tôi vọng động đến ba ngàn thế giới. Thế giới nào tôi cũng chỉ nhìn thấy đồng xanh trên đồng cỏ và con chuồn chuồn đơn độc giữa lưng chừng ngọn gió.

Ngày nào cơm cũng chay. Tình cũng chay như cơm. Tôi hao mòn sinh lực. Tôi nói với Mi, anh chết mất.

Mi bảo, cụ chết được là hồng phúc không chỉ cho cụ mà còn cho bá tánh. Hãy giải nghiệp bằng việc không sát sinh và tĩnh lặng trong chánh niệm.

Điều gì đang xảy ra thế này? Tôi hoang mang. Cô bạn đi với Mi chỉ nhìn tôi cười. Thùy trong trắng như hoa sen. Thùy long lanh như mặt nước. Và Thùy nhu mì như muôn thuở màu xanh của lá cây.

Tôi hỏi Thùy, chánh niệm với em là gì?

Rất dịu dàng Thùy nói, em chỉ yêu một người thôi. Và người ấy đã mang linh hồn em đi sang bên kia thế giới. Em không còn chánh niệm hay tà niệm.

Hơi bị bất ngờ, tôi hỏi, thế em sống bằng gì?

Em sống không bởi cơm bánh của trần gian, Thùy cười, cũng không bởi bánh hằng sống của Chúa. Em sống bằng khí trời.

Con bé này rỡn mặt tôi.

Thùy hỏi, anh sống bằng gì?

Anh sống bằng máu và thịt của chính anh, tôi trả lời.

Thùy le lưỡi, ghê quá. Nhưng uống máu có pha rượu không?

Tôi cười, đàn bà là rượu.

Thùy chắp tay, Mô Phật.

Tôi cũng chắp tay và xá Thùy một xá, Mô Phật.

Tôi phạm tội sát sinh với phụ nữ, vô độ và oan khiên với chính mình.

Chúng tôi cũng có những thời khắc thư thái và khoan hòa với bá tánh. Ở trong một khu phố đậm đặc màu sắc Ả Rập, chúng tôi đi dạo như những kẻ nhàn tản và tôi nghĩ đến nền văn minh mang tính đực của nhân loại trong thế giới Ả Rập này như một ví dụ cho sự lầm than của con người về văn hóa. Phần thưởng cho đàn ông hay đọa đày với đàn bà cũng chỉ là một cách tuyên xưng sự lầm lạc của chân lý.

Dẫu thế nào, ăn uống vẫn là một lạc thú trần gian cho mọi dân tộc. Mi cho phép chúng tôi được ăn món Ả Rập cũng vì tò mò. Lạ và ngon. Không bõ công phá giới sát sinh.

Tôi nói với hai cô bạn, lập ra giới luật là việc của các nhà tu hành. Phá giới là việc của chúng sinh. Chúng ta cứ làm những gì cần làm.

Mi lườm tôi, Thùy cũng liếc xéo tôi.

Tôi hỏi, ngon không?

Hai cô cùng gật đầu. Chân lý thì phổ quát. Buổi tối, chúng tôi đi dọc theo những con phố đầy gái đứng đường. Cái nghèo cũng phổ quát và bán thân là một trong những thứ phổ quát nhất của nhân loại. Bất tận và vô lượng, hình thái và nội dung.

Tôi nhớ đến Văn như một người đàn ông từ hành tinh khác. Nơi mà sự nghèo khó và đĩ điếm không tồn tại.

Tôi nhớ đến Đồng Xanh như một cô gái vô nhiễm với dục tính trong một thế giới tinh thần mang tên Platon.

Tôi nhớ đến Đồng Cỏ như phụ nữ của một hiện tại duy nhất, không quá khứ không tương lai.

Tôi nhớ đến Mi và Thùy bên cạnh tôi nhưng không cùng một cảnh giới tâm thức và sự giác ngộ tâm linh về bản chất cuộc sống.

Sự khác biệt của tôi trong thế giới này, thật ra chỉ là chỗ đứng.

Rồi Mi và Thùy bỏ lại tôi giữa khu đèn đỏ, họ đi hành hương lên phía bắc nước Thái.

25.

Một hôm Tấn đến tìm tôi báo tin, Đồng Cỏ mất tích. Tôi hỏi, sao biết? Tấn nói những người bạn Hongkong của Đồng Cỏ cho biết và cảnh sát đang truy tìm tông tích cô ấy.

Tôi không muốn suy đoán Đồng Cỏ tự sát hay bị giết, bị bắt cóc. Tôi tự huyễn hoặc rằng Đồng Cỏ muốn ẩn giấu mình ở đâu đó như cách để xóa bỏ. Không tăm tích.

Tôi nhớ đến câu nói của Đồng Cỏ với mẹ nàng, "nếu con chết thì cứ bó chiếu vất vào bãi rác."

26.

Đồng cỏ đã là hư vô, nhưng tôi còn hấp hối.

Đồng Xanh nhắn tin cho tôi, anh có sao không?

Tôi hỏi, tại sao em lại hỏi vậy?

Em cũng không biết, Đồng Xanh nói, tự dưng em cảm thấy bất an về anh.

Anh không sao cả, tôi nói vu vơ, có một đồng cỏ không bao giờ xanh nữa.

Em biết rồi, Đồng Xanh bảo, em chia buồn với anh.

Tôi chảy nước mắt. Lặng lẽ. Tôi không muốn gì nữa.

Cũng không bao lâu nữa, Đồng Xanh nói, đồng xanh sẽ chỉ còn là cái xanh thẳm của bầu trời.

Không, tôi nói, em không được chết.

Đồng xanh hay đồng cỏ cũng chỉ là một, anh không thấy sao. Đồng Xanh nói.

Bồn chồn lo lắng, ngay đêm đó tôi mua vé xe giường nằm đi Đà Lạt.

27.

Vào khách sạn vệ sinh tắm rửa rồi tôi lao thẳng đến chỗ ở của Đồng Xanh. Nàng cũng chuẩn bị xong, chúng tôi đi cà phê ăn sáng.

Khuôn mặt Đồng Xanh vốn lạnh, giờ đây trở nên bình thản khác thường. Trực giác của tôi thường đúng, và tôi nghĩ đã có điều gì trong Đồng Xanh chín rục.

Anh đến kịp lúc đó, nàng nói, em đã thấy cái xanh thẳm của bầu trời đẹp như thế nào.

Ừ, bầu trời xanh thẳm bao giờ cũng đẹp một cách xao xuyến, tôi nói, và nó làm cho chúng ta có thể sống trong niềm hy vọng và hân hoan.

Không, chính vì cái đẹp đó em sẽ sống khác. Em đã không yêu anh, em xin lỗi. Cũng như em đã không thể yêu ai, ngay cả khi có người úp mặt vào giữa hai đùi em, thì em cũng chỉ thấy một cái đẹp khác, một nỗi xao xuyến khác của hư vô. Thế giới này, hình như không thuộc về em.

Tôi cầm tay Đồng Xanh đưa lên miệng hôn, chúng ta chỉ có một thực tại duy nhất, trong thực tại ấy, em là tình yêu của anh.

Em không biết yêu, Đồng Xanh bảo.

Đồng Cỏ cũng đã nói như thế với tôi trước khi biến mất. Tôi còn biết nói gì. Cuộc sống của tôi đang dần bị xóa trắng. Đồng xanh đang từ giã tôi. Giấc mơ của tôi vỡ tan.

Trên đường về, cả hai chúng tôi nắm tay nhau. Và tôi biết điều ấy chỉ có nghĩa là cách nàng muốn chúc lành cho tôi.

Rồi, Đồng Xanh khuất sau khung cửa.

Tôi đứng lặng rất lâu. Và tôi chờ đợi.

Khi vừa quay đi, tôi nghe một tiếng rơi rất nặng phía sau lưng.

28.

Tôi báo tin cho Văn biết Đồng Xanh đã chết. Ngày hôm sau Văn cũng có mặt ở Đà Lạt.

Chúng tôi cùng đến bệnh viện để tiễn đưa Đồng Xanh về quê. Khi ôm và an ủi bà mẹ, tôi nghĩ là mình sẽ phải săn sóc bà ấy.

Tôi nói, tôi sẽ thăm chị sau.

Cám ơn anh, bà mẹ bảo, tôi có lỗi với con.

Không, tôi bảo, cô ấy đã biết tự chọn cách sống và chết của mình như một người dũng cảm.

Dẫu gì thì Đồng Xanh cũng không còn nữa, sự bất hòa của chúng tôi sẽ chấm dứt. Tôi chỉ mong con tha thứ cho mình.

Tôi nói, cái chết hòa giải chúng ta chị ạ.

Buổi tối, tôi và Văn đi uống rượu ở chỗ chúng tôi đã cùng ngồi với Đồng Xanh trước đây.

Tôi nói với Văn, bầu trời xanh thẳm có phải là một nỗi chết mà con người hướng tới?

Văn nói, cái chết là một bầu trời mà màu xanh của nó là niềm hy vọng.

7/2022

ĐỢI THÊM CHÚT NỮA

Cô gái hôm qua nói, cái em bận tâm sẽ trở thành vô nghĩa trong đầu người khác, vì thế em cảm thấy không cần thiết phải kể gì với anh.

Ở bên rìa vực thẳm giữa sống và chết như cảm thức của một người đã sống thừa, nhạt nhẽo, tôi sẵn sàng nhảy qua lan can trên ban công tầng 17.

Chồm người nhìn xuống dưới, tôi mất cảm giác về sự quen thuộc. Cảnh tượng hỗn độn. Điều tôi muốn duy nhất là chết đi. Nhanh nhất. Giờ đây, tôi chỉ còn mỗi việc bước lên cái ghế mà tôi vẫn ngồi hằng ngày đốt thuốc với ly cà phê không đường. Cái laptop vẫn luôn luôn mở nắp. Tôi vẫn ở trạng thái bình tĩnh nhưng trống rỗng. Và kế tiếp là bước thứ hai lên thành lan can rồi lao xuống.

Chuông điện thoại reo. Liệu tôi có nên nghe? Tôi không muốn suy nghĩ, nhưng tôi vẫn cầm điện thoại lên, tên của cô gái hôm qua lung linh trên màn hình, Ngự. Tuy nhiên, chuông điện thoại đã tắt. Có một tin nhắn mới tôi chưa đọc. "Tối nay, em sẽ mang một chai rượu đến".

Bây giờ đã là buổi tối.

Và sẽ là một đêm ồn ào mất ngủ với mọi người trong chung cư này, hay chỉ là sự im lặng đằm thắm giữa tôi và cô ấy, tôi cũng chưa biết.

Chần chừ châm điếu thuốc, tôi ho sặc sụa sau khi hít một hơi dài. Tuy nhiên, tôi vẫn cố hút cho đến hết. Tôi đã muốn bỏ thuốc, nhưng vì còn uống cà phê nên tôi vẫn phải hút. Với tôi, thiếu một trong hai thứ đó thì thứ còn lại sẽ vô vị. Chúng ta có quá nhiều ràng buộc, tuy rằng không nhất thiết phải thế.

Tôi tiếp tục chần chừ. Và tôi biết tôi cũng đang muốn chờ Ngự. Tôi mở tủ lạnh xem có gì ăn được, rất may vẫn còn mấy cây lạp xưởng bị bỏ quên trong hóc, chưa mốc. Tôi bỏ tất cả vào nồi chiên không dầu và tin rằng nó sẽ vừa kịp chín khi Ngự đến. Đúng như thế, chuông reo hai tiếng, tôi mở cửa. Ngự tươi tắn trong chiếc áo đầm mới màu vàng úa mà Ngự đã khoe tôi hôm trước. Trên tay Ngự, cái túi vải xô trắng nặng trĩu. Một chai rượu vang Tây Ban Nha, hai cây xúc xích Đức, bánh mì Pháp, dầu ô liu Ý cùng mấy trái cam Vinh. Cầm chai rượu, Ngự nói, rượu thánh. Tôi hỏi ở đâu em có? Ngự bảo, một ông trùm ở nhà thờ tặng.

Anh nướng lạp xưởng rồi, tôi nói. Ngự cất cây xúc xích và mấy trái cam vào trong tủ lạnh.

Chúng tôi ngồi vào bàn ăn nhỏ ngoài ban công,

chỗ tôi sẽ nhảy xuống. Gió lộng như thể đẩy tất cả mọi ngọn đèn rực rỡ dưới kia bay về phía chúng tôi. Tôi nói, bữa ăn cuối cùng, rồi nâng ly, mời em. Không chờ Ngự phản ứng, tôi nhấp một ngụm, nói tiếp, uống rượu thánh chắc là Chúa sẽ xót thương. Ngự chỉ cười, kịch bản mới của anh à? Anh cũng không biết, tôi nói, nó có thể chỉ là cách để cho trí tưởng vượt qua sự nhàm chán, cũng có thể là một sự kiện có thật ngay trong đêm nay. Vậy thì, Ngự thản nhiên bảo, em sẽ ở lại để xem thế nào.

Khi chúng tôi đã uống hết chai rượu, Ngự nói xuống phố uống tiếp, cùng lúc Ngự đứng dậy và chìa tay cho tôi. Hãy ra khỏi vũng lầy của mọi ý nghĩa hay vô nghĩa. Ừ, tôi cần phải rũ bỏ cái lan can cám dỗ này, ít nhất trong đêm nay.

Một phố ốc được kính thưa. Một làng nướng rực trời. Một thế giới bò đần độn. Một giống người hả hê. Nhưng tôi chỉ muốn một tô xí quách bất kỳ, dê bò heo đều được. Tôi không uống nữa. Tôi cần húp nước lèo nóng. Tôi cần một cái gì bình thường. Ngự nói nước lèo của ông già bán bò viên bên kia đường cực kỳ ngon. Và chúng tôi qua đường.

Tôi nhìn ông già lụi cụi sau cái xe hủ tíu mì tàu cũ kỹ. Hình vẽ Quan Công hay Trương Phi, Triệu Tử Long gì đó cưỡi ngựa múa đao đã hoen ố tróc lở trên những tấm kính. Ăn uống cũng cần khí thế. Bất chợt, tôi nhớ đến cha tôi, người đàn ông cũng cù rù nhẫn nhịn, chưa bao giờ dẫn tôi đi ăn. Thuở ấu thơ của tôi không có quán ăn, không có cửa tiệm, không có phố xá. Tôi bước ra từ đồng hoang và mất hút vào một đám đông mù mịt. Ký ức về gia đình tôi chỉ là một cánh rừng bốc cháy. Tôi không hiểu điều gì ở ông già bán hủ tíu bò viên này đã khiến tôi nhớ đến cha mình.

Khi ông già mang tô xí quách ra, tôi nhìn ông trong một khoảng cách gần mà tôi có thể ngửi được mùi nước lèo từ trong người ông. Tôi thấy ông thân thuộc như sự dửng dưng của cha tôi. Tôi cám ơn và nói bác cho thêm một chén bò viên. Ngự kêu hai chai bia, dù tôi không muốn uống nữa. Dẫu sao, bia cũng giúp chúng tôi có thể ngồi lâu mà không cảm thấy áy náy.

Khuôn mặt và dáng vẻ cha tôi đã vĩnh viễn in dấu trong tưởng nhớ của tôi ở tuổi sáu ba. Tôi không biết khi vào cái tuổi đó, tôi có thể ôn nhu "nhĩ thuận" như cha tôi không. Nếu tôi có điên khùng, nổi loạn hay bất chấp gì đó thì cũng không quan trọng. Tôi yêu cha tôi, cuộc sống với ông chỉ đơn giản là chăm nuôi vợ con. Tôi khác ông, nhưng tôi chắc chắn rằng tôi là con ông, cho dù mẹ tôi là người lãng mạn và nhiều ước vọng. Tôi cũng chưa bao giờ có cơ hội báo hiếu ông.

Ông già bán hủ tíu bò viên tất bật nhưng vẫn rất từ tốn. Tôi cảm thấy bất nhẫn bởi sự ung dung của mình.

Ngự lặng lẽ nhìn người qua lại, nhưng tôi biết cô ấy đang trông chừng tôi như một bảo mẫu. Tôi không có nhu cầu lao ra đường ngay mũi một chiếc xe hơi bất kỳ nào chạy ngang, lúc này.

Đột nhiên, Ngự lên tiếng như sự vu vơ của đêm tối: hối tiếc hay ăn hận một điều gì không phải là tính cách của anh, đúng không?

Tôi ậm ừ không xác định. Nhưng tôi biết chắc sẽ ân hận và thật sự hối tiếc khi để mất Ngự.

Nếu anh không chết thì cũng không mất em. Ngự nói như thể nàng đã nghe và mối quan hệ giữa chúng tôi vĩnh viễn tốt đẹp.

Mọi thứ đều giả định. Nếu tôi đứng lên và xồng xộc bước ra giữa đường trong một trạng thái bất định hoặc tỉnh táo như một chọn lựa, có thể một chiếc xe nào đó sẽ đâm vào tôi. Một cái xác máu me bầm dập, thảng thốt mà tôi nhìn thấy. Liệu tôi có kịp nói gì hay nhìn lại khuôn mặt sững sờ của Ngự trong phút cuối cùng ấy? Hay cũng có thể tất cả các xe cộ qua lại đều thắng kịp. Và tôi đứng nghiêm trang cho họ chửi. Đồ ngu. Đồ điên.

Kịch bản không có gì hay.

Tôi nhìn ngắm Ngự. Ngự không hiểu tôi muốn gì. Tôi cũng không biết tôi muốn gì. Ngự hất mặt như một câu hỏi. Tôi nói như một phản xạ, em rất có ý nghĩa với anh. Ngự tỏ ra không tin mấy, cười nhếch mép.

Ông già mang cho chúng tôi hai ly trà đá. Một lần nữa tôi nhìn sát khuôn mặt ông. Đồi mồi mọc đầy sau vành tai của ông lan qua một bên mặt, tương tự như cha tôi hồi đó. Nếu cha tôi còn sống, liệu ông có phải vất vả kiếm sống như thế này không?

Tôi vô tích sự.

Thật ra, chẳng mấy khi tôi nghĩ về cha tôi hay gia đình. Đó là một quá khứ đã biệt tăm. Tôi từ dưới đất chui lên. Không lý lịch tiểu sử. Tôi được sinh ra bởi các cô gái gặp ngang đường. Và tôi bắt đầu từ một cái ôm. Cảm xúc là thực hiện một thực thể, thực tại, thực tế, thực lực.

Khuôn mặt Ngự như bức tường. Tôi đã ôm và tôi đã hôn, nhưng tôi chưa bao giờ tìm thấy một Ngự từ bên trong. "Cái em bận tâm sẽ trở thành vô nghĩa trong đầu người khác", tôi không nghĩ thế. Ngự là nỗi bận tâm của tôi, nhưng Ngự tự khép mình lại, không chia sẻ. Điều duy nhất để nối kết chúng tôi chỉ là nỗi cô độc. Và sự kết nối ấy dường như luôn ở thì quá khứ. Cũng vì thế, đôi khi tôi gọi Ngự là cô gái của hôm qua. Ngay cả bây giờ, tôi và Ngự cụng ly trong im lặng, tôi đã uống như một hoài niệm. Có thể đấy chỉ là một trạng thái cận tử của tôi, hoặc tôi đã thuộc về một thế giới khác.

Liệu có một thế giới khác không, tôi không biết. Nhưng tôi vẫn sống như thể không thuộc về thế giới này. Cả với Ngự, tôi cũng nghĩ Ngự thuộc về một thế giới nào đó, mà sự gặp gỡ của chúng tôi chỉ là những khoảnh khắc của ngẫu nhiên. Tôi muốn nói với Ngự điều ấy, đúng lúc Ngự bảo, em không tin có gì chắc chắn. Tôi nhìn Ngự buồn bã, cuộc sống của chúng ta giống như một câu chuyện truyền khẩu đã tam sao thất bản. Và chúng ta tồn tại qua những mảnh vụn lưu lạc đó, mất dấu cội nguồn.

Thật ra, cội nguồn không phải là điều tôi muốn truy nguyên. Quá khứ hay ký ức chỉ là một gánh nặng. Tôi rũ bỏ. Nhưng ông già bán hủ tíu bò viên đã bước vào tâm trí tôi như một người cha. Tôi tự hỏi, không biết cha tôi đã yêu như thế nào, ông ấy có tình yêu không? Rồi tôi cũng tự hỏi, Ngự có phải là tình yêu của tôi không? Ngự ngồi đây và gãi nhẹ trên cánh tay tôi như cách Ngự gãi lông con chó con của Ngự. Đôi khi tôi là Quít. Và tôi muốn được Ngự ôm. Cuộc sống sẽ trở nên đơn giản biết bao, nếu tôi cũng giống như ông già bán hủ tíu bò viên này. Tôi nhận ra mình hàm hồ. Đã chắc gì ông ấy an vui. Tôi cầm bàn tay Ngự và đổ bia lên nỗi gầy guộc hiu quạnh của Ngự rồi đưa lên miệng. Ngự kêu, khiếp. Tuy nhiên Ngự đã dùng bàn tay ướt át ấy vuốt ve khắp mặt tôi.

Ngự hỏi, anh muốn về chưa? Chúng tôi đứng lên và trước khi bước đi, tôi nhìn lại dáng vẻ cần cù của ông già bán hủ tíu bò viên thêm một lần nữa. Tôi thật sự muốn chết.

Đi bộ dọc theo bờ kênh, chúng tôi nắm tay nhau. Một vài cô gái đứng đường nói với theo khi chúng tôi đi qua, vui được giờ nào cứ vui nhé. Ừ, cuộc đời dễ thương mà. Tôi vẫy tay chào họ.

Ngự ở lại ngủ với tôi nhưng không sẵn sàng làm tình. Không làm gì hết. Sáng mai, em phải họp công ty sớm.

Tôi cũng phải đi làm, tuy nhiên công việc không buộc tôi phải có mặt ngày tám tiếng. Tôi dành thời gian để bù khú cà phê với bạn bè vài tiếng vào buổi sáng. Tôi thích một view thoáng đãng và một nơi có thể nói chuyện thoải mái mà không ngại làm phiền người khác. Ngoài chuyện thời sự được trao đổi như những chính khách thượng thặng vỉa hè, chúng tôi dành phần còn lại để nói xấu người vắng mặt một cách tất yếu. Làm thịt người khác là một món khoái khẩu mang tính truyền thống. Nó trau dồi sự sắc sảo trong giao tiếp và làm phong phú truyền thông của cộng đồng. Huyền thoại và lịch sử truyền khẩu, vì thế, là một dòng chảy ngầm nhưng mạnh mẽ làm nên bản sắc cuộc sống. Niềm vui và sự oan trái của con người. Nó không dành cho những kẻ yếu bóng vía.

Thật ra, không phải buổi cà phê nào cũng vô bổ nhảm nhí. Đôi khi, tôi tìm thấy sự khích lệ trong nỗi thù hằn ganh tị với những câu chuyện được nói giữa bạn bè. Làm thế nào để hơn người khác đã trở thành một mục đích sống.

Ngự gọi điện thoại báo, giữa tuần em sẽ phải đi công tác xa, tối mai ăn cơm với em nhé. Tôi hỏi, sao không ăn luôn tối nay? Ngự bảo, hôm nay em phải đi với sếp. Hắn ỡm ờ muốn nói với em điều gì đó. Tôi đùa, chỉ có chuyện quan trọng không thể nói ở cơ quan là muốn hỏi cưới em thôi. Ngự bảo, sếp có vợ rồi. Rồi cúp máy.

Tôi phải viết dự án cho một event giới thiệu sản phẩm mới của đối tác. Nước uống tinh khiết thanh tẩy cơ thể và cứu rỗi linh hồn. Có một số từ tôi dị ứng đến độ "buồn nôn" hiện sinh, nhưng tôi sẽ sử dụng nó như một liệu pháp "tự chữa lành" của thiền môn cho công chúng, "an yên" chẳng hạn. Đã an theo tiếng Hán lại còn yên theo tiếng Việt. Để huê tình hữu nghị Việt-Trung. Hoặc "hoang hoải" nghìn trùng thơ thẩn. Tôi quyết liệt góp phần vào việc làm giàu sự sến súa và đỏm dáng của ngôn ngữ tiếng Việt.

Có lần Ngự nói, em muốn tìm thấy ở anh một cái

gì đó giống như chậm và nhạt, có lẽ điều ấy sẽ giúp em an tâm hơn. Chán thật, tôi nghĩ Ngự đã không hiểu đúng về tôi. Tôi vốn đã nhạt đến mức chỉ muốn chết. Và tôi cũng đã chậm trong cả suy nghĩ, hành động, cũng như tính cách đến thành ù lì. Ngược lại, dường như tôi cũng không hiểu lắm về Ngự. Tôi không cảm nhận được hòa hợp khi chúng tôi bên nhau, nhưng tôi cũng luôn cảm thấy không thể thiếu Ngự, như tất cả tôi ngưỡng vọng. Tôi tìm thấy ở Ngự những ý tưởng cho sự sáng tạo.

Ngự bảo, sếp tán tỉnh em và hứa sẽ cất nhắc em vào một vị trí thích hợp hơn. Em khó chịu gắt gỏng vì sự lầm chỗ, lầm người của sếp. Em không tiến thân bằng cách rẻ tiền ấy.

Tôi hỏi, phản ứng của ổng?

Không vui, Ngự nói, nhưng em tin rằng ông ấy phải chấp nhận. Em không phải là mẫu phụ nữ dễ dụ dỗ. Hơn nữa, ông ấy cũng không phải mẫu đàn ông của em.

Hy vọng ông ấy là người hiểu biết, tôi nói.

Chúng tôi đang ở trong một nhà hàng Hàn Quốc. Ngự thích món thịt ba chỉ và lòng bò nướng, uống rượu soju Chumchurum táo.

Ăn xong, chúng tôi đến nhà sách vì Ngự muốn có một cuốn truyện mang theo phòng khi đêm mất ngủ. Tôi tặng Ngự cuốn "Từ thăm thẳm lãng quên" của Patrick Modiano theo sở thích của Ngự.

Ngự nói, cái chậm rãi và nhạt nhẽo đôi khi khốc liệt hơn những plot twist.

Với Patrick Modiano thì đúng. Tôi làm mọi điều để Ngự vui.

Tôi không bao giờ hiểu được một Ngự dong dỏng eo con ong, tóc bờm hung hãn, lại có thể khoan thai mẫu hậu đến thế. Sự trái ngược phá cách ấy trong tâm và tướng của Ngự chế ngự tôi. Có lẽ đó là điều duy nhất níu kéo tôi lây lất trong trần gian này.

Ngự sẽ không ngủ lại với tôi, nhưng cũng không muốn về nhà sớm. Chúng tôi đi ăn kem. Đường phố nhập nhòa, ấm áp. Tôi không thể không vòng tay qua lưng con bọ ngựa điềm đạm ấy. Bước chậm qua khoảng tối của những bóng cây, tôi bâng khuâng như đi trên sóng của niềm hoan lạc và cái chết. Ngự luôn đánh thức tôi trước những cám dỗ của thân xác bằng sự dửng dưng băng giá.

Ngự đi xa. Mặc dù không phải ngày nào chúng tôi cũng gặp nhau, nhưng khoảng cách địa lý làm tôi chìm trong nỗi xa vắng thiếu thốn mùi Ngự.

Tôi đẩy mình vào công việc. Nước tinh khiết thanh tẩy cơ thể và cứu rỗi linh hồn tôi uống đầy bụng và tôi đái nó ra như một cầu vồng. Bà sếp tôi bảo, được đấy. Nó trở thành khuôn mẫu cho các event khác.

Chúng tôi đi hát karaoke và tôi không thể không ôm sếp khi khuôn mặt của sếp rạng ngời vì rượu. Một dây của áo đầm tuột khỏi vai, bờ vai trần trụi gợi cảm, tôi hôn lên bờ vai ấy. Sếp vẫn hát. Tôi bóp nhẹ bầu vú nhỏ nhắn của sếp. Stop, đột ngột sếp ra lệnh và ngừng hát. Kêu tính tiền, về.

Cho tới lúc chia tay ở chỗ giữ xe, tôi mới nói được, chúc ngủ ngon. Sếp lườm.

Tôi cảm thấy mình có lỗi. Hôm sau vào công ty sớm, tôi mua cho sếp một ly cà phê muối và nói, xin lỗi.

Cám ơn, cũng hơi khác thường nhỉ. Sếp nói khi nhận ly cà phê.

Để trở thành bình thường được cũng phải có điều kiện. Tôi vừa nói vừa cười.

Thật ra, tôi đi làm sớm không chỉ vì muốn mua cà phê cho sếp, mà còn có một số công việc cần triển khai gấp. Công ty có mấy dự án cùng lúc, tôi cần phải có concept mới cho từng dự án. Tôi vùi đầu vào nghiên cứu tài liệu. Và tôi trông đợi những tin nhắn của Ngự để khai mở ý tưởng và duy trì cảm hứng.

Ngự nhắn, em về trễ một ngày vì một vài phát sinh ngoài dự kiến. Tuy nhiên, em lại có cơ hội để mua cho anh ít quà.

Đêm cuối cùng ở Seoul, Ngự nhắn, em đã đọc được một nửa cuốn sách, sự nhạt nhẽo vốn là bản chất của chậm rãi, không sai.

Tôi cũng đã đọc cuốn sách ấy và tôi thích nỗi ngậm ngùi bình thản của các nhân vật. Tuy nhiên, tôi thấy tiếc bản dịch tiếng Việt đã không làm đẹp được cho tác phẩm.

Ngự mang về tặng tôi mấy bộ quần áo của một nhãn hiệu nổi tiếng và một đôi giày. Ngự luôn chăm sóc tôi. Và Ngự muốn tôi ăn mặc theo cách Ngự thích. Ngự bảo đàn ông Việt Nam ăn mặc xấu.

Tôi bảo, không có lý do gì để tụi mình không đi biển chơi. Ngự chỉ cười. Tôi bảo tuần sau nhé. Ngự cũng không nói gì. Dẫu sao, tôi vẫn muốn mặc mấy bộ đồ mới đó cho Ngự xem.

Tôi hỏi Ngự, ở Seoul sếp có tranh thủ tán tỉnh em không?

Có một đêm sếp muốn rủ em đi chơi riêng, lấy cớ mệt em từ chối.

Tôi không sợ mất Ngự bởi bất cứ người đàn ông nào, nhưng tôi biết tôi có thể mất Ngự bởi chính tôi, sự tham lam và vụng về của tôi.

Tôi không nhắc gì về chuyện đi biển nữa, nhưng đến tuần thứ ba thì chính Ngự nói, tuần này em rảnh, có thể đi chơi với anh ba ngày. Tôi nói, Hồ Cốc nhé. Ngự gật đầu. Tôi thích chỗ vắng vẻ.

Biển. Ngự cho tôi xem tấm ảnh Ngự chụp tôi từ phía sau. Một chút bờ cát vàng dưới chân cuối bức ảnh, còn lại tất cả là màu xanh, biển và bầu trời. Tôi đùa, giống như người tìm đường cứu nước. Ngự luôn có cái nhìn khác tôi không chỉ về đời sống, mà ngay cả bố cục một bức hình chụp cũng khác. Điều đó không phải lúc nào cũng thú vị. Đôi khi chúng tôi cãi nhau, và tất nhiên tôi phải là người chịu thua. Tôi không nghĩ chúng tôi phải chịu đựng nhau.

Ngự bơi giỏi. Tôi chỉ biết quơ quẳng trong vòng chục mét để giãn gân cốt. Vì thế, Ngự đã cố ý bơi ra xa để khiêu khích tôi bằng cách kéo áo tắm xuống khỏi ngực, gọi, ra đây với em. Tôi đứng im rồi từ từ hụp xuống khỏi mặt nước. Nhịn thở.

Tôi chết đây.

Thế giới không còn ai. Tôi là cơn mơ của con lạc đà gồng gánh kiếp người đi qua sa mạc.

Nhô đầu lên khỏi mặt nước, tôi thấy Ngự đang bơi nhanh về phía tôi. Anh có sao không? Ngự hỏi. Tôi cười, anh muốn nhìn em từ phía dưới. Ngự tạt nước vào mặt tôi.

Suốt hai đêm ở Hồ Cốc, Ngự cho tôi ôm nhưng Ngự không khỏa thân cho tôi nhìn ngắm, từ trên xuống hay từ dưới lên. Ngự bảo, hãy ngủ cho ngoan. Đừng háo hức như trẻ con thế. Tôi không hiểu. Không bao giờ hiểu được Ngự.

Tôi chỉ có một niềm an ủi, mặc quần áo của Ngự tặng như thể Ngự bảo bọc tôi. Ngự nói, trông anh giống như một cậu công tử. Nhưng thật ra, em thích cái vẻ cool của anh hơn.

Tôi có cool không giữa những cơn gió bát ngát mang vị mặn mà lòng tôi chìm đắm. Và tôi nhìn thấy cái chết của mình trong đám mây dập dồn như sóng biển. Tôi nhìn thấy tôi trôi đi trên bầu trời xám đục. Có lẽ tôi cool thật. Và tôi đứng đây như trình diễn thời trang. Tôi thích những bộ quần áo Ngự tặng. Tôi thích cái nón Ngự mua cho tôi trước đây khi nắng đổ trên hè phố. Tôi cool khi tôi đi bên Ngự. Và tôi cool trong nỗi cô đơn của mình.

Tôi không cảm thấy được gần gũi thân mật hơn với

Ngự khi trở về thành phố. Sài Gòn ngột ngạt. Ngự là nỗi ngột ngạt đó. Cái nóng bỏng đó. Sự lãnh đạm đó. Cả Ngự và tôi đều là người Sài Gòn, chúng tôi ngột ngạt nhau và chúng tôi cần nhau như một tất yếu. Chúng tôi ăn mưa. Chúng tôi ăn nắng. Nhưng chúng tôi không thể ăn nhau. Chúng tôi chiêm ngưỡng nhau trong khoảng cách của một cái ôm nồng ấm.

Ngự nói, sếp em đang cố tỏ ra lạnh lùng. Nhưng em biết đó là một tín hiệu nguy hiểm. Công việc đang rất tốt, nên em cũng không biết tính sao.

Kệ nó, tôi bảo, cùng lắm là nghỉ việc.

Ừ, kệ em, Ngự giận dỗi, anh chỉ biết đến anh thôi.

Tôi ôm vai Ngự, không phải thế, anh nghĩ chả có gì nghiêm trọng.

Đó là sự ngột ngạt, anh không biết sao?

Anh biết rất khó thở. Nhưng anh tin em đủ bản lĩnh để vượt qua. Chúng ta không chỉ có bầu khí đó.

Tại sao anh muốn chết?

Em nghĩ anh không đủ bản lĩnh? Không, cuộc đời chỉ là miếng giẻ rách và anh coi thường nó.

Anh cũng coi thường em.

Phải nói ngược lại mới đúng.

Chiếc xe hơi lầm lũi đi trong cơn mưa mù mịt. Tôi hơi e ngại. Chợt Ngự văng tục vì một chiếc xe gắn máy tạt ngang qua. Muốn chết. Ngự cũng chợt nhận ra sự nóng nảy của mình. Ngự im bặt. Rồi buông một tay lái, Ngự xoa đầu tôi như em bé. Tôi thích cách âu yếm ấy.

Đến nhà hàng thì cơn mưa cũng vừa tạnh. Để ăn cơm, gần như tuần nào chúng tôi cũng đến đây. Cơm gà của người Tàu đặc sắc hơn của người Việt, ngay cả khi đó chỉ là món gà luộc. Tuy nhiên tôi chọn thịt chưng cá mặn. Tôi yêu tất cả mọi loại mắm bởi sự đậm đà dân dã của nó. Cũng bởi vì tôi không chịu nổi sự nhạt nhẽo của tất cả mọi thể loại tồn tại trong thế gian này. Ngự chọn món heo quay khoai môn hấp chao đỏ. Và chúng tôi cùng ăn chung một thố canh bông atiso nhãn nhục tiềm sườn, thêm một dĩa gà xì dầu.

Những buổi tối như thế luôn đầm ấm. Nhưng tôi không bao giờ thoát được cảm giác sự đầm ấm ấy chỉ là những chuyện đã qua, rất cũ. Tôi không có hiện tại, mà Ngự lại là tương lai, tôi như sống không thật.

Chúng tôi đi xem phim. Một phim Việt Nam mang màu sắc cổ điển. Tôi đã luôn cầm tay Ngự trong rạp hát. Nếu không có Ngự, có thể tôi sẽ bị tan loãng trong bóng tối. Và tôi chỉ có thể thở được khi bước ra ngoài. Siêu thị đông nghẹt, tuy thế, chúng tôi đã gặp vợ chồng sếp của Ngự cũng đang shopping. Họ không tránh mặt nhau. Tôi được Ngự giới thiệu như một người bạn. Khuôn mặt của người đàn ông không vui trong khi vợ hắn tươi tắn một cách mãn nguyện.

Tối hôm sau, Ngự nhắn tin cho tôi, sếp hỏi anh có phải là bạn tình của em không? Đố anh, em đã trả lời sao?

"Dạ không, đó là một người ngoài hành tinh đi lạc." Tôi nói.

Ngự bảo, đó không phải là cách nói của em. Em trả lời anh ta, bây giờ thì chưa. Tuy nhiên, anh ta không tin. Anh ta còn nói, em có vẻ rạng rỡ khi đi bên anh.

Sao anh không thấy nhỉ? Tôi thú nhận.

Ngự bảo, anh chỉ nhìn vào bên trong anh, làm sao anh còn thấy người khác.

Có thể, tôi đã không nhìn thấy gì hết. Không một điều gì.

Ngự chịu đựng sự ghen tuông của sếp, cho đến một hôm Ngự nói "anh không phải mẫu đàn ông của tôi", hắn đã bóp cổ Ngự. Ngay cả điều này, tôi cũng không biết. Ngự không muốn tôi phải lo cho Ngự. Chỉ đến khi Ngự nghỉ việc và tìm được một công việc mới ở một công ty khác trong vai trò trợ lý pháp luật, Ngự mới kể với tôi lý do của sự thay đổi này.

Ngự nói, bọn đàn ông các anh đã tự làm hỏng mình và đẩy phụ nữ vào thế phòng thủ, hoặc họ tìm sự an toàn bằng cách tự yêu lấy nhau.

Tôi không biết nhiều về những cô bạn của Ngự, ngoài việc họ đi đánh cầu lông với nhau vào cuối tuần, và ăn nhậu sau đó. Thỉnh thoảng Ngự cũng gởi hình vui chơi của họ cho tôi xem. Tôi không biết họ có ngủ với nhau không. Với tôi, chẳng có gì quan trọng. Dẫu sao, tôi cũng biết chính xác rằng, Ngự trong đám đông hay Ngự giữa bạn bè, tôi sẽ chọn Ngự trong mọi hoàn cảnh. Ngự là linh hồn tôi.

Tôi nói, có thể anh cũng đã tự làm hỏng mình,

nhưng anh sẽ không bao giờ để em mất sự tin cậy.

Em tin anh, cho dù em biết anh không phải là loại đàn ông chung thủy. Bản thân em cũng không tin vào sự chung thủy, cho dù em rất muốn điều ấy. Em thấy nó ngớ ngẩn sao đó.

Thật ra, anh nghĩ điều chúng ta tìm kiếm hay mong đợi không phải là sự chung thủy trong tình yêu hay cái gì đó tượng tự, mà là sự tối thượng của cuộc tồn sinh này. Nó là gì, anh cũng không biết. Nhưng một cách chắc chắn, chúng ta vẫn hướng về nó.

Và nó giúp chúng ta vượt qua cái tầm thường hay nghịch cảnh. Ngự đồng tình.

Ở công ty mới, Ngự không ngại phải bắt đầu lại với những mối quan hệ, không kể công việc chuyên môn, từ trong nội bộ công ty đến các đối tác bên ngoài, cũng như các cơ quan nhà nước để hồ sơ pháp lý của mọi dự án có thể được hoàn chỉnh không phải là điều quá khó. Nhưng cái khó khăn nhất, Ngự nói, người ta phải đối diện với lẽ công bằng xã hội và với chính lương tâm mình.

Cái ác đã trở thành phổ biến và hiển nhiên trong mọi giao dịch.

Tôi sợ cho Ngự. Nhưng Ngự đang hào hứng. Tôi nhìn ngắm Ngự và tôi tin vào phẩm chất kiêu hãnh sang cả của Ngự.

Ngự mau chóng bắt nhịp được với công việc mới, dù quy mô hoạt động của tập đoàn có tính bao phủ một hệ sinh thái đa dạng. Tuy nhiên, nhiệm vụ của Ngự chỉ là hoàn chỉnh những hồ sơ bất động sản về phương diện pháp lý.

Ngự bảo, ngay khi được tiếp cận với hồ sơ của một vài dự án, em đã choáng vì sự tinh vi và qui mô của nó. Cũng có nghĩa là nó kinh khủng ngoài sự mường tượng của em về sự giàu có và cách làm giàu của họ. Nhưng cái cách họ thể hiện sự giàu có ấy lại làm em ngưỡng mộ. Trong góc nhìn của em, sự từ tâm và thụ hưởng cũng bạo liệt như sự tàn nhẫn của họ.

Ngự mất ngủ. Và Ngự thấy bóng mình đi qua những vụ thu tóm cưỡng đoạt đất đai nhà cửa không những của những kẻ yếu thế, mà còn của các thế lực cạnh tranh đương thời, trong và ngoài chính quyền. Ngoạn mục và dã man.

Đó là thời biển cạn. Vẻ đẹp của san hô cũng như rác rến và mùi hôi thối của nó được thách thức.

Bị xô đẩy bởi công việc, chúng tôi xa cách nhau trong tâm tưởng. Chúng tôi đi về những phía khác của đời sống. Không tình yêu. Không chờ đợi. Nhưng đồng thời, chúng tôi cũng mỏi mòn bởi những đòi hỏi thiết thực của cuộc sống. Cứ thế, chúng tôi vẫn gặp nhau hàng tuần như món mồi, như ly rượu. Nhưng chúng tôi không cảm thấy thuộc về nhau hay của nhau.

Bà chủ của tôi bảo, anh lên chương trình cho chuyến du lịch ba ngày của toàn bộ công ty. Địa điểm trong nước, tùy anh chọn.

Đó là một event cho sự hồi phục năng lượng.

Tôi hoan hỉ nhận lời và hỏi, có được hỗ trợ nước tinh khiết thanh tẩy cơ thể và cứu rỗi linh hồn không?

Để làm gì? Bà chủ hỏi lại.

Thì đấy, tôi nói, để thanh tẩy cơ thể và cứu rỗi linh hồn.

Bà chủ gườm gườm, ý anh là sao?

Tôi cười, có một kịch bản hay cho chuyện đó.

Nếu muốn thì sẽ có, bà chủ nói.

Tôi chọn Đà Lạt cho chuyến du lịch nghỉ dưỡng của công ty và lên lịch vui chơi đủ ba ngày. Khí hậu mát mẻ và cảnh quan đẹp, vì thế tôi cũng chọn một chỗ ở có rừng thông bao quanh cho sự hồi phục năng lượng.

Buổi sáng đầu tiên, tôi đặt tên cho tiết mục là "Khám phá". Tôi tuyên bố khi xe đã chở mọi người vào rừng, sáng nay không có điểm tâm nhưng có đầy nước thanh tẩy cơ thể và cứu rỗi linh hồn. Tôi bảo đảm sẽ không có ai chết vì đói.

Đây là một tiết mục khổ hạnh nhưng lợi ích thì vô biên. Các bạn sẽ có cơ hội khám phá không chỉ thiên nhiên hùng vĩ và bí ẩn, mà các bạn còn có cơ hội khám phá chính bản thân mình bằng cái đói.

Thượng đế đã ban cho chúng ta cái quí giá nhất trong vũ trụ là không khí. Các bạn hãy tận hưởng sự trong sạch của nó mà trong thành phố chúng ta không thể có. Các bạn hãy hít thở và sống với không khí như cây cỏ.

Tôi tin rằng các bạn sẽ không chửi rủa tôi vì bị bỏ

đói, bởi vì các bạn đã có nước thanh tẩy cơ thể và cứu rỗi linh hồn. Tôi cầu chúc các bạn tìm thấy bản thân mình một cách đơn giản nhất bằng việc sống chậm và thiếu thốn này.

Xin lưu ý, mọi người tự do trong phạm vi kiểm soát được. Tôi không muốn các bạn đi lạc.

Tất nhiên có rất nhiều người đòi xé xác tôi. Nhưng giữa rừng này, tôi đã đặt mọi người vào tình thế bất khả vãn hồi.

Bù lại, buổi trưa tôi cho mọi người ăn uống thỏa thuê với tất cả các loại thịt rừng mà dân ở đây có thể kiếm được do tôi đặt trước. Tôi cũng thuê một nhóm nghệ sĩ người dân tộc múa hát giúp vui. Đặc biệt, tôi nhờ một người bạn giới thiệu và trình diễn tất cả các loại kèn và trống cổ mà bạn tôi đã sưu tập được, từ da trâu, da bò đến da voi nhằm góp phần vào sự khám phá văn hóa bản địa.

Tôi tìm thấy một dòng suối đá, nước lấp xấp. Chọn một tảng đá phẳng lớn, tôi nằm nghỉ ở đó. Nghe nước lau lách. Và nhớ Ngự.

Bất chợt, tôi thấy bà chủ đang đứng nhìn tôi, không biết từ lúc nào. Tôi cười vu vơ. Mọi thứ chung quanh tôi đều vu vơ. Bà chủ cũng vu vơ. Một nỗi cô độc như đông cứng trong dáng vẻ kiêu kỳ của bà.

Bà hỏi, không có gì phiền chứ?

Tôi nói, không.

Bà ngồi xuống một tảng đá khác và cho nước chảy qua chân. Bà hỏi, anh có tìm thấy bản thân không?

Tôi nói, tôi vô ngã, vô trú xứ.

Thế cũng hay. Mà bận tâm làm gì cái chuyện mình là ai. Bà nói.

Ừ, cho dễ sống.

Cả bầu trời và rừng cây cũng đang vu vơ. Bà chủ và tôi nhìn nhau. Trong một lúc, tôi nhớ lại lần bóp vú bà chủ trong quán karaoke. Và tôi nhận được sự đồng cảm của bà. Một nỗi thân thiết ngọt ngào.

Chiều tối, tôi đưa mọi người vào phố, ăn lẩu hữu cơ "farm to table" với nguyên liệu sạch tại chỗ. Sau đó, mọi người tự do.

Bà chủ mời tôi đến một quán bar nhỏ ở một con đường hẹp. Ấm cúng. Chúng tôi ngồi cùng một phía, sát nhau như tình nhân. Đôi khi, tôi thấy mình là tình nhân. Tôi hôn tóc bà. Tôi vuốt đùi bà. Và đêm ấy, chúng tôi vào một khách sạn khác.

Ngự nhắn tin chúc tôi ngủ ngon. Nhưng tôi chỉ thực sự ngủ ngon sau khi làm tình với bà chủ. Một cuộc làm tình giống như tự sướng. Nỗi đơn độc còn nguyên, đặc quánh.

Vì thế, khi trở lại với sự bình thường của công việc thúc bách hằng ngày, bà chủ và tôi đối diện nhau vẫn là một khoảng cách của địa vị.

Tôi nói với Ngự, anh đã ngủ với bà sếp.

Bà ấy yêu anh à? Ngự hỏi.

Tôi bảo, không. Có lẽ không bao giờ. Anh chỉ là

một ly rượu, trong đêm.

Còn bà ấy là gì, với anh?

Một tách café nóng cho sự mất ngủ của núi rừng.

Sự mất ngủ. Chỉ là đôi khi với tôi, nhưng Ngự thì triền miên. Trắng đêm từ đêm này qua đêm khác, Ngự biến sự khốn khổ của chứng mất ngủ thành một khả năng tiếp nhận vô hạn. Ngự cũng học được cách buông thả để âm khí của thời gian và dưỡng khí của không gian tràn ngập vào mình. Ngự nhu thuận và mạnh mẽ theo đêm tối. Ngự cũng bí ẩn và thâm sâu như đêm tối.

Tôi ôm Ngự nhưng tôi không với tới Ngự.

Ngự bảo, em có niềm tin về sự kỳ diệu của khí trời.

Tôi cho rằng điều ấy có thể giải thích về tình trạng sức khỏe của một người thường xuyên mất ngủ như Ngự.

Bất chợt Ngự hỏi, anh còn muốn chết nữa không?

Lúc nào anh cũng muốn chết.

Ngay cả bây giờ?

Ừ.

Không phải anh đang ở bên em sao?

Nhưng em chưa bao giờ thuộc về anh. Anh không tìm thấy tình yêu hay lý do để sống.

Thật ra, đấy cũng chỉ là một cách nói. Muốn chết, tôi nghĩ tôi còn điều gì đó không thể diễn đạt. Ngự tìm cách thoát ra khỏi tôi. Và tôi lại thấy mình không thể chiếm hữu Ngự.

Anh không có niềm tin, Ngự bảo.

Tôi không tìm thấy sự tin cậy ở bất cứ đâu. Ngay cả chính tôi, thân xác tôi, ý nghĩ tôi, những gì tôi có... tất thảy đều mù mịt. Không phải vì tôi nhiễm bệnh vô sắc tướng hay vô thường hỗn độn, tôi cũng không biết có phải vì tính phản trắc của tất thảy những thứ ấy mà tôi đánh mất sự tin cậy hay từ một nỗi niềm sâu kín nào khác. Trang Tử hay Lão Tử cũng không liên can đến tôi.

Tôi là cõi mù sương của Ngự.

Cứ thế tôi sống thêm được ba năm nữa. Ngự là cơn mưa. Ngự là nắng gắt.

Một hôm, Ngự bảo em chán công việc.

Em đang thăng tiến mà.

Nhưng cũng không dễ chịu lắm. Thường xuyên phải tiếp xúc với quan chức chính quyền, đôi lúc em thấy mình như cố chịu đấm ăn xôi. Anh biết rồi đấy, quan chức bây giờ họ thế nào.

Ừ, anh không nghĩ em có thể làm mãi ở một nơi mà mọi thứ giao dịch phải qui ra tiền như vậy.

Em sợ, Ngự nói. Cũng may, em không phải ký tên ký tiếc gì. Em cũng không phải là người tò mò hay biết quá nhiều ngoài lĩnh vực chuyên môn của mình.

Tôi không hiểu đã có chuyện gì xảy ra ở chỗ Ngự làm.

Tin tổng giám đốc tập đoàn của Ngự cùng một số cộng sự bị bắt được tất cả các báo đăng tải, kể cả báo nước ngoài. Một vụ án lớn và nhiều hệ lụy. Tôi không quá bất ngờ.

Tôi hỏi Ngự, em có thể bị nguy hiểm không?

Em không sao. Em chỉ là tép riu thôi.

Chi tiết về vụ án bị bưng bít bởi nó có thể ảnh hưởng tới cả nền kinh tế quốc gia. Tuy nhiên, những cái chết bất thường, khó hiểu của một số nhân vật chủ chốt trong tập đoàn đã làm xôn xao dư luận và tạo ra những hiệu ứng tiêu cực cho hệ thống tài chính, thương mại và ngân hàng.

Ngự bảo, như em đã kể với anh từ đầu, mọi thứ đều ngoài sự mường tượng của em. Quá kinh khủng. Tất cả những người ấy, sống và chết ấy, em đều biết. Và không biết. Họ cũng như em. Vâng, như em. Và họ chết cả khi đã bị bắt hoặc khi chưa bị bắt. Em không nghĩ được, họ đã từng như em. Ở phía sau tất cả những chuyện đó là gì, em không biết. Không thể biết. Có phải mọi thứ đang bắt đầu sụp đổ. Em phải làm sao. Em sẽ đi đâu.

Em có một CV tốt, tôi nói. Em sẽ không phải khó khăn khi tìm một công việc mới.

Ngự bị sang chấn tâm lý. Tôi cần phải chăm sóc Ngự. Nhưng cũng có những điều tôi không biết được mặc nhiên nằm ngoài luân lý hay đạo đức, gọi là công việc. Dẫu sao, tôi vẫn tin Ngự, một kẻ vô can không tư lợi. Ngự thuộc về một bộ máy được vận hành theo công thức xã hội. Một thứ vô luân tất yếu.

Chúng tôi đi massage. Tôi yêu cầu một phòng xông

hơi riêng cho hai người. Ngự quấn tóc bằng cái khăn bông nhỏ. Và Ngự chìm vào màn sương mùi sả. Tôi yêu những hình ảnh Ngự gây ấn tượng và cảm xúc thẩm mỹ. Tôi luôn nhìn thấy Ngự đẹp và sang trọng ở những góc nhìn khác nhau.

Bên anh, Ngự bảo, em luôn thấy bình an.

Nhưng chính tôi lại là kẻ luôn luôn bất an. Ngự nằm cánh tay tôi. Hơi nóng và người tôi sũng nước. Tôi kéo Ngự đứng dậy. Chúng tôi đi tắm riêng, lát sau chúng tôi lại nằm nhìn nhau xuyên qua hai nhân viên đấm bóp.

Ngự sẽ vượt qua. Cả thế giới bất ổn. Thị trường chứng khoán lao dốc. Xăng dầu khan hiếm. Ngân hàng chao đảo. Chúng tôi ngồi ở một góc phố nhìn thiên hạ qua lớp kính trong suốt. Cứ mỗi 4 giây, thế giới có 1 người chết vì đói và cứ 40 giây lại có 1 người tự tử. Cũng không hề gì. Ngự kêu một dĩa ức vịt nướng và một chai vang.

Ngự nói, em thấy buồn cười vì cái trò chữ nghĩa của anh. "Thức nhận" hay "nhận thức" thì cũng cần phải biết món ức vịt nướng này ngon hay dở. Và đây sẽ là chỗ chúng ta sẽ trở lại hay đi luôn.

Đó là sự thể nhàn cư vi bất thiện khi tôi viết một status vớ vẩn trên Facebook về sự khác biệt giữa "nhận thức" và "thức nhận", một loại đảo ngữ làm biến đổi trạng thái trong quá trình tiếp nhận của một chủ thể.

Và tôi tiếp tục bất thiện với Ngự. Theo em, trong trường hợp này thì "nhận thức" hay "thức nhận" phù hợp hơn?

Điều phù hợp nhất bây giờ là cụng ly, Ngự nói. Em cần cái bình thường giản dị.

Điều phù hợp nhất bây giờ là quên đi, tôi nói. Quên mọi thứ. Để chỉ còn là Ngự. Tôi sống hay tôi chết, tôi cần Ngự. Tôi để Ngự đầy trong tôi, trào ra ngoài tôi. Mùi Ngự làm chìm đắm tôi. Khuôn mặt Ngự ửng đỏ. Cả người Ngự rực lên phấn khích và quyến rũ một cách hủy diệt. Hơi thở Ngự thanh khiết.Tiếng nói Ngự thẳm sâu của nỗi chết tôi. Tôi uống Ngự. Cái chết đến chậm rãi.

Ngự nói, em muốn đi khỏi đất nước này. Vĩnh viễn.

Bằng cách nào? Chẳng lẽ kiếm chồng nước ngoài?

Cũng không còn cách nào khác. Em không tìm thấy lối thoát.

Một tình thế và một phương tiện. Tình thế là trốn chạy. Phương tiện là một gã đàn ông bất kỳ. Một tình trạng phổ biến. Một phương cách phổ thông. Tôi im lặng. Ngự bỗng trở nên xa lạ.

Ngự kể, em có một người bạn học cũ hiện đang sống ở Úc. Tụi em vẫn thường xuyên liên lạc với nhau. Em cũng hay kể về anh cho bạn ấy. Bạn ấy bảo, tội nghiệp anh. Bạn ấy không biết em cũng đáng tội nghiệp. Thật ra, cả em và bạn ấy đều đáng tội nghiệp. Bạn ấy gay, mà gia đình bạn ấy lại muốn bạn lấy vợ. Em thì như anh biết, em cũng đâu muốn lấy chồng, cũng đâu yêu bạn ấy. Nhưng bố mẹ em lo lắng cho con gái, cũng giục giã em. Đây có thể là giải pháp không chỉ cho em, mà bạn ấy cũng giải quyết được cái khó khăn của mình. Cũng may, cả hai bên gia đình biết nhau. Họ sẽ rất an tâm nếu chúng em làm đám cưới giả. Tuy nhiên, em chưa biết phải nói với bạn thế nào.

Cứ minh bạch sòng phẳng với nhau, tôi nói, kể cả những chuyện sẽ sống với nhau như thế nào sau ngày cưới.

Tất nhiên phải thế. Một cuộc hôn nhân không ràng buộc, nhưng em vẫn cảm thấy mình không được đàng hoàng, cho dù em đã tính đến chuyện phải tự lo mọi chi phí.

Tôi không muốn tỏ ra chán chường hay bất cứ thái độ nào khiến Ngự có thể không vui. Tôi muốn điều tốt nhất cho Ngự. Cứ lao về phía trước và để cho số phận sắp xếp.

Đêm ấy, tôi mất ngủ.

Công ty tôi có chút thay đổi. Thêm một phó giám đốc phụ trách khách hàng. Nghe nói là một cổ đông mới, ngoài góp vốn, anh ta còn có một số quan hệ tốt có thể giúp công ty phát triển. Anh ta muốn thể hiện mình. Ok, cứ tự nhiên. Tôi không úy kị hay tị hiềm với ai.

Bà chủ hỏi tôi, anh ổn không?

Tôi nói, tôi bình thường.

Tôi không muốn rắc rối hay tự làm khó mình. Một số người khó chịu vì tính cách trưởng thượng và cực đoan của sếp mới, nhưng cũng có một số người xu phụ tâng bốc sếp mới như người của sự đột phá. Điều ấy không tránh khỏi xáo trộn. Và liên quan trực tiếp đến tôi. Cứ chờ xem. Hiệu quả của công việc mới là kẻ phán xử công bằng.

Trong suốt thời gian này, tôi cũng ít gặp Ngự. Anh bạn ở Úc của Ngự mời Ngự qua bên đó chơi một chuyến như kiểu "thăm dò thực địa". Tôi nói, quá tốt. Sống thử là một dè dặt hợp lý. Ngự bảo, em sẽ đi vào khoảng cuối năm. Ngự nói thêm, cho dù thế nào, anh cũng không được bỏ em. Tôi ôm Ngự vào lòng, anh không bao giờ bỏ em nếu anh chưa chết.

Tôi nhớ mùi cà ri Ấn Độ và hương vị đồ ăn Mexico cũng như nhớ Ngự. Quán ăn nằm gác trên bãi cát, biển bên dưới nhưng sóng lừng ngang mắt. Ngự bảo em nhớ Hongkong, em nhớ Texas. Tôi nói tôi nhớ cơn say ở Bảo Lộc, nhớ quán ăn Pháp ngày đầu tiên gặp Ngự ở Đà Lạt, nhớ cơm gà Phú Mỹ Hưng, nhớ mùi khai trong quần Ngự. Ngự nói em nhớ café ở cuối nhà thờ Đức Bà, em nhớ mùi rượu trong quán bar anh đã ôm em lần đầu và những câu chuyện xa vời về một thời của quá khứ không có em.

Thời quá khứ. Dưới con dốc có một tổ ong, những con ong không làm mật. Đà Lạt tẻ nhạt và mơ hồ. Ngự nói, em sẽ phải đi khỏi đây. Không thể sống mãi ở một nơi mà ngày mai cũng sẽ như hôm qua. Em sẽ về Sài Gòn. Ít ra, ở đấy em có thể nhìn thấy sự thay đổi hoặc cơ hội cho sự thay đổi. Anh có thể tìm cho em một căn hộ được không? Em muốn một chỗ có sân vườn cho con chó nhỏ chạy rông. Em cũng muốn cho em một bầu khí thoáng đãng và riêng tư.

Tôi cũng chỉ mong có thế. Ngự về Sài Gòn, tôi sẽ được gặp Ngự nhiều hơn. Cái cảm giác thân thiết gần gũi cũng sẽ thật hơn. Rồi tôi tìm được cho Ngự một chỗ ở bên Thảo Điền, sát bờ sông Sài Gòn. Một nơi vừa có vẻ xưa cũ của một cái làng, vừa đông vui toàn cầu với dân Tây đủ loại, một cộng đồng thân thiện và cách biệt. Đặc thù nhưng không phô trương.

Giã từ đồi núi và sương mù. Tạm biệt đàn ong không làm mật. Phụ Ngự sắp xếp đồ đạc vào nơi ở mới, tôi cảm thấy như đang bước vào đời Ngự. Tôi không bao giờ quên khuôn mặt Ngự rạng rỡ ngày hôm ấy. Phấn khích và đáng yêu vô kể.

Ngự hài lòng với những nhà hàng ăn ngon, những quán café "chất", những tiệm tạp hóa tiện lợi và những con đường vắng, sạch sẽ cho chó chạy. Một nơi êm ả để nằm xuống. Và một thế giới không bị ai dòm ngó.

Buổi tối đầu tiên, tôi dẫn Ngự đi ăn cháo cá lóc rau đắng cho nhẹ bụng, đặc sản Nam bộ. Ngự bảo, em rất thích. Cám ơn anh về tất cả.

Tôi vui. Rồi đây, chúng tôi sẽ luôn luôn đi ăn với nhau. Khám phá những chỗ mới và tận hưởng lạc thú trần gian này. Chúng tôi cũng không bao giờ quên phần của con Quít bé bỏng. Tuy nhiên, phải thú thật rằng tôi không thể nào yêu Quít được vì nó ghen tuông hỗn hào quá mức. Nó sẵn sàng cắn tôi nếu tôi ôm Ngự. Vì thế, mỗi khi có mặt tôi, Ngự nhốt nó vào phòng riêng.

Chúng tôi càng ngày càng thân thiết với nhau, nhưng tôi không hiểu điều gì đã kiềm chế Ngự yêu tôi, theo cách của một tình yêu đôi lứa. Tôi đã tự đặt nhiều giả thuyết khác nhau cho sự trở ngại đó như một kịch bản điện ảnh, từ éo le đến khôi hài, nhưng dường như tất cả đều không đúng.

Cùng một cách như thế, tôi yêu Ngự tha thiết, nhưng tại sao tôi vẫn muốn chết là điều mà chính tôi cũng không thể giải thích thỏa đáng.

Vẫn là thời quá khứ. Dù đã có bằng đại học về quan hệ công chúng ở Mỹ, vài năm làm việc ở Hongkong, nhưng Ngự vẫn quyết định học thêm về luật ở trong nước. Đồng thời, Ngự tìm được công việc phiên dịch cho một văn phòng luật sư lớn. Vừa đi làm vừa đi học, Ngự vẫn dành cho tôi thời gian vào cuối tuần.

Thời gian đi nhanh lắm. Nhưng mắt Ngự vẫn long lanh. Da Ngự vẫn mịn màng và thơm một mùi hương bí ẩn. Nụ cười Ngự vẫn tươi tắn và khinh bạc. Những mệt mỏi chỉ là thoáng qua. Ngự vẫn nồng ấm cho dù chúng tôi cũng hay cãi nhau. Trong sâu thẳm, chúng tôi khác nhau.

Sự khác biệt ấy đem lại một thức nhận về tính phức hợp và hỗ tương làm tôi phong phú, độ lượng hơn. Tôi biết tự điều chỉnh mình và trân trọng Ngự hơn.

Không phải muốn hơn thua, nhưng quả thật cũng phải đổ tại ông trời, chúng tôi trái tính trái nết nhau. Tuy nhiên, chúng tôi giống nhau gần như tuyệt đối về gu thẩm mỹ thời trang và sở thích ăn uống.

Một hôm Ngự bảo, em mới biết một quán có gà hấp muối rất ngon. Quán nằm trong một con hẻm ở Chợ Lớn. Ăn ngon thì cũng ít phải cãi cọ. Nghệ thuật hòa giải của chúng tôi đấy. Cứ thế, chúng tôi tha lôi nhau qua từng chỗ ăn, quán uống. Kỷ niệm đáng nhớ nhất, chuyến đi Bảo Lộc do người bạn tôi rủ. Hắn có một người yêu trên vùng cao ấy. Đó là lần đầu tiên chúng tôi đi chơi xa với nhau. Và cô bạn gái ở Bảo Lộc đã giới thiệu cho chúng tôi những địa chỉ ẩm thực tuyệt vời nhất. Đó cũng là lần đầu tiên tôi thấy Ngự say. Chai rượu thuốc bốc lửa địa ngục do người bạn mang theo và niềm vui thiên đường của tình mơ khiến Ngự không đứng vững. Tôi đã phải dìu Ngự về. Đêm ấy, Ngự cho tôi hôn.

Ngự bảo, em cũng đã một lần say đến bất tỉnh ở Hongkong. Và hoàn toàn một mình với nỗi hiu quạnh có thể chết và như cái chết. Nhưng sau đó thì em đã trở nên chai đá hơn. Cô độc trở thành bản chất và là sức mạnh của em.

Cũng ở Bảo Lộc, trong rừng Dambri, người bạn đã đọc cho chúng tôi nghe bài thơ "Đêm thăm bạn sắp đẻ ở Di Linh" của Nguyễn Đức Sơn, một dị nhân trên đồi Phương Bối. Giọng Bắc trầm hùng của người bạn và "Khi rừng già thấp xuống thấp xuống..." cùng cơn mưa lạnh buốt, chúng tôi hong nhau bằng rượu và hơi thở gần như những nụ hôn. Bài thơ để chúng tôi ôm nhau và "thổ huyết" thời gian.

Tôi sẽ không bao giờ quên những ngày Bảo Lộc ấy cùng những ly sữa đậu nành nóng không đường, bên rìa quốc lộ.

Và tôi cũng sẽ không bao giờ hiểu được, bên Ngự nhưng tôi vẫn hoài niệm Ngự. Cô gái của ngày hôm qua.

Trên đường về, khi xe trên cao tốc, Ngự nói em nhớ những con đường hoang vu ở Texas và mối tình đầu hư hỏng năm mười bảy tuổi. Em biết hút thuốc và uống rượu từ đó. Cũng từ đó, em là một cô gái khác.

Tôi mù mờ hiểu rằng, cô gái đang ngồi bên cạnh tôi có thể chỉ là phiên bản của một khát vọng nào đó. Cũng có thể là hệ quả của một tai nạn nào đó.

Tôi ấp ủ bàn tay Ngự. Cho dù thế nào, anh sẽ mãi mãi yêu em.

Thì hiện tại hoàn thành. Bây giờ đã là cuối thu. Trời mù. Thời tiết như chỉ dành cho những kẻ yêu nhau. Chúng tôi đã sống những ngày hạnh phúc. Và tôi biết, mùa đông cũng sắp đến. Rồi Ngự sẽ đi, một chân trời khác không có tôi. Không một dấu vết nào còn lại.

...

Thế rồi Ngự đi. Bằng cách nào đó, Ngự không muốn nói. Tôi cũng không hỏi.

-Em sẽ đến Mỹ.

Chỉ có thế. Và Ngự xa tôi.

Chia tay ở sân bay, chúng tôi chỉ ôm nhau. Không hôn. Lúc ấy, tôi cũng không buồn lắm. Lòng tôi mang mang, vời vợi.

Khi Ngự đã vào phòng cách ly, tôi kiếm một chỗ ngồi café. Chẳng để làm gì, nhưng tôi muốn níu giữ cảm giác Ngự vẫn còn ở gần mình.

Mấy chục năm trước, tôi cũng đã tìm mọi cách để rời bỏ cái đất nước khốn cùng này, nhưng thất bại. Sau vài lần đi tù, tôi bỏ ý định vượt biên. Giờ đây, Ngự đã có thể ra đi đàng hoàng hơn, nhưng vẫn là một cuộc trốn chạy. Và mãi mãi trốn chạy.

Sân bay tấp nập người đi, người về và những kẻ đón đợi hay đưa tiễn. Tôi ngồi một mình và kêu liên tiếp ba ly café. Chỉ đến khi biết Ngự đã lên máy bay, tôi mới gọi xe về. Đến lúc này thì tôi biết nỗi buồn sẽ hủy diệt tôi.

Ám ảnh về cái chết vốn đã không buông tha tôi, giờ đây cái chết càng thúc giục tôi. Nhưng tôi không muốn chết vì tình. Tôi sẽ chỉ chết vì chính tôi.

Tôi xuống xe giữa đường bởi tôi biết tôi sẽ không chịu đựng nổi nếu về nhà. Thả bộ dọc theo con phố, tôi cứ đi, tới ngã tư thì rẽ phải. Cứ thế, tôi đi đến rã rời. Nếu có thể cứ đi mãi cho tới khi gục xuống, có lẽ sẽ là một dũng mãnh tốt đẹp. Nhưng cái tầm thường của thân xác đã buộc tôi phải đứng lại, tôi không thể bước tiếp. Tôi cũng không thể ngã xuống như cách kết thúc một cuộc lữ. Tôi gọi xe về. Tự đầu hàng.

Dù mệt lả, tôi cũng không thể ngủ. Sự trằn trọc làm tôi khó chịu, bước ra ban công tôi nhìn mông lung phía trước. Cái chết giục tôi, nhảy xuống đi. Tôi vẫn mơ đến một đường bay cuối cùng. Trời xanh bao la réo gọi tôi. Hãy bay đi. Nhưng lòng tôi nặng hơn thân xác. Tôi đốt điếu thuốc. Sống chẳng để làm gì, tại sao tôi vẫn sống? Mọi ý nghĩa đều phù phiếm. Thế mà, tôi vẫn sống với mọi thứ phù phiếm. Tôi vẫn chìm đắm trong mọi hư ảo. Tôi miệt mài trong vô vọng. Nhưng liệu cái chết có là giải thoát?

Tôi dốc đầu qua lan can.

Máu chảy xuống não, tôi cảm thấy dễ chịu hơn. Tôi cứ gập người như thế một lúc lâu. Và nhắm mắt. Như mơ màng, tôi trôi xuống đất.

Có lẽ, hình ảnh tôi gập người vắt qua thành lan can như một hình nộm xì hơi trên tầng 17 đã gây một ấn tượng sửng sốt và ngoạn mục nhất mà tôi có thể nhớ lại.

12/2022

NHỮNG KẺ GIẾT NGƯỜI

1.

Chĩa ngón trỏ vào bức hình lão già treo trên tường, hắn làm động tác bóp cò. Bùm.

Thế giới này, có quá nhiều kẻ đáng chết. Nhưng giết người là việc của các vĩ nhân. Điều hắn muốn chỉ là chĩa ngón tay trỏ vào một ai đó. Bùm.

Lẽ ra, vào lúc này hắn sẽ phải hút một điếu thuốc hay làm một ly rượu mạnh sau khi bùm một mạng, nhưng hắn đã bỏ thuốc, rượu thì không phải lúc nào cũng có. Vì thế, hắn lại chĩa ngón trỏ lên trời, bùm.

Cũng như những con người khác trong thế giới bận rộn nhưng cũng rất rỗi hơi này, hắn mở điện thoại di động và viết một status trên Fuckbook. Trong những kẻ đáng chết thì mày là kẻ đáng chết nhất, Max ạ.

Thằng Max hắt hơi. Ngày nào nó cũng hắt hơi 3 tỉ lần. Mùi tiền làm nó bị viêm xoang mũi. Nhưng không ai giết được sự kiêu hãnh độc đoán của nó.

Lão Tập, bố vợ của thằng Max, cũng hắt hơi. Một ngày lão hắt hơi 7 tỉ lần. Nhưng không ai giết được sự cao ngạo của lão.

Lúc nào hắn cũng sẵn sàng chĩa ngón trỏ vào đâu đó, bùm, ngoại trừ lúc rửa đít. Đó là lẽ sống. Các triết gia bảo thế là không nhân văn. Kệ, mặc xác triết gia. Ông Tuyên giáo bảo giết người cũng cần chính nghĩa. Tào lao, thằng nào còn sống thì thằng ấy là chính nghĩa. Hắn chĩa ngón trỏ vào ông Tuyên giáo, bùm. Nhưng ông Tuyên giáo cười khẩy, đồ trẻ con.

Khi thế giới bắt đầu lụi tàn, 7 tỉ người run rẩy ngay trong căn nhà của mình. Hắn đứng ở ban công, chĩa cả hai ngón trỏ trái và phải chếch nhau 45 độ bắn. Bùm. Bùm. Có ai là nạn nhân của hắn không? Cũng không ai biết. Nhưng hắn đã chứng kiến một cảnh tượng dị thường, những con ma hiện hình. Và hắn nhận ra Hitler, Stalin, Mao Trạch Đông, Pol Pot... cùng vô số tướng lãnh mang quân hàm và huy chương. Tất cả họ hướng về hắn với vẻ cung kính, như thể chính hắn mới là lãnh tụ tối cao. Hắn lớn tiếng: Cho chúng mày an nghỉ. Những con ma biến mất.

Bây giờ thì hắn sợ. Bởi hắn biết những con ma vẫn quanh quẩn bên hắn.

Hắn phải làm gì? Không biết.

Những con ma bao vây hắn, như những con virus rình rập. Thế giới bất an. Hắn lại chĩa ngón trỏ vào một chỗ nào đó. Bùm. Nhưng ma thì vô hình. Virus lại quá nhỏ. Bùm hay không bùm cũng không ảnh hưởng gì đến chúng. Làm thế nào để giết được ma và virus không chỉ là một câu hỏi khoa học mà còn là vấn nạn triết học nhân sinh. An bình của con người phụ thuộc vào khả năng tiêu diệt thế lực thù địch của mình. Nhưng ma và virus xỉa xói vào mặt con người rằng bọn tao cũng có quyền tồn tại.

Làm thế nào để sống chung hòa bình? Con người phải chết thành ma, cũng như phải biến thành phân bón. Những giấc mơ hiệp nhất chỉ là hão huyền. Hắn muốn văng tục, nhưng văng tục thì thiếu văn hóa. Bùm. Bùm.

Đôi khi, hắn nghĩ bọn bợm nhậu không phải không có chính nghĩa. Cho dù đấy là một cuộc tự sát bầy hầy. Bọn láu cá hơn sẽ đẩy đồng loại vào một thánh chiến. Chết càng nhiều càng hiển hách. Thế giới không có kẻ thù là một thế giới vô nghĩa. Không có kẻ thù thì cũng không có anh hùng. Lại phải bùm một phát. Hắn cười gằn, không ra sảng khoái cũng chẳng phải mỉa mai oán hờn.

Bạn cứ nhân văn nhân ái đi. Cũng tốt thôi mà. Phải đấy, nhân văn nhân ái tất nhiên chính nghĩa cao cả. Nhưng không có bọn khốn nạn thì lấy đâu ra bạn nhân văn nhân ái. Bùm. Bạn có sao không? Hắn giết bạn đấy.

Thật ra, hắn chỉ đùa. Cuộc sống nhàm chán, không đùa làm sao vui. Bọn nghiêm túc nghiêm chỉnh thì chim phải giấu trong quần. Chim không biết bay biết hót thì vứt. Triết lý vụn đấy à. Không, minh triết của thánh hiền. Thánh hiền thì cũng phải có lúc cần cởi quần. Có khi quên mặc quần lại là một trạng thái của Phật tính. Bản lai diện mục. Thiên đường hay địa ngục cũng tại tâm. Mà mượn tâm để sống cũng chỉ là một loại nhu nhược yếm thế.

Chán.

Thượng đế cũng có phe. Phe nào cũng có Thượng đế. Nhưng giết chết Thượng đế như Nietzsche có thành siêu nhân tự tại được không, chả ai dám chắc. Hắn muốn giết cả Thượng đế, cả Nietzsche. Nhưng rồi hắn cười, liệu có thể giết những kẻ đã chết? Cuộc truy vấn nào cũng vớ vẩn. Hắn lững thững bước đi. Bóng hắn nghiêng đổ xuống giữa trời chiều hoe vàng. Hắn đi vào đêm hoang vu. Và mất tích.

2.

Hắn đang đánh một con rắn. Như một giấc mơ. Con rắn quay đầu mổ vào chân hắn rồi bỏ chạy. Hắn bảo hắn miễn nhiễm với tất cả. Cũng chỉ là một giấc mơ. Thật ra, vào lúc ấy hắn đang ngồi đung đưa hai bàn chân dưới nước. Cả chân hắn và nước đều không thật. Những ý nghĩ lan man trong đầu cũng không thật. Hắn tự hỏi mình là hiện thực hay trừu tượng? Và rồi, hắn cay đắng nhận ra hắn chỉ là một biểu tượng.

Cho đến khi có một người đàn bà bước đến bên hắn, mặc nhiên như một người quen, bà đưa cho hắn nắm xôi bảo ăn đi. Hắn là thằng Bờm không cần quạt mo. Hắn thấy điều đó là đương nhiên. Và cầm ăn. Người đàn bà hỏi hắn, làm gì ở đây? Hắn bảo, tìm đạo. Người đàn bà chúm chím lả lơi cầm tay hắn đưa lên ngực mình, nói đạo đây. Hắn bóp nhẹ vú bà, đạo khả đạo phi thường đạo, rồi buông thõng tay. Tôi vô can. Bất chấp hay cố chấp không phải là hắn. Ông Khổng Tử bảo trung dung là đạo của người quân tử. Hắn vỗ vai người nước Lỗ bảo, thôi về nhà chăn gà cho vợ đi. Khổng Tử buồn buồn nói, vợ tôi bỏ theo trai rồi. Hắn cười bảo, kiếm vợ khác. Gái trẻ nhiều lắm. Nhưng Khổng Tử giữ lễ mất vợ đến ba năm mới tục huyền. Không một ai biết trong ba năm nằm không một mình Khổng Khâu nghĩ gì.

Phần hắn, hắn mường tượng nếu trong ba năm ngủ chay không đàn bà thì chắc chắn sẽ không làm được gì. Chỉ loay hoay với sự thèm khát nhục cảm, còn đâu thì giờ cho chí lớn. Nghĩ đến đấy, hắn lại tự hỏi, thế nào là chí lớn? Chả lẽ kiếm cơm, kiếm vợ, kiếm gái là chí nhỏ sao? Ý nghĩa của con người là gì? Phải kinh bang tế thế mới ra con người à? Bọn to mồm xúi trẻ con ăn cứt gà mới chính là bọn giết người, hắn xác quyết.

Hắn nhìn lại người đàn bà đang ngồi bên cạnh. Hình như bà đang theo đuổi một ý nghĩ nào đó, hắn không biết. Cũng có thể bà không nghĩ gì. Bà chờ đợi. Hắn đặt tay lên đùi bà, xoa nhẹ. Đây có phải là hiện thực không? Người đàn bà nói, nắm xôi là hiện thực vì nó làm cho ông no. Tôi cũng là hiện thực vì tôi là người mang xôi đến. Còn có một hiện thực khác, nếu ông ôm tôi. Hắn thử ôm bà. Mùi người đàn bà nồng ngái. Một siêu thực. Hắn áp vào má bà và xiết chặt lưng bà. Người hắn phồng lên. Không biết thực hay giả.

Người đàn bà dìu hắn về nhà. Tắm rửa cho hắn. Bị nhột khi kỳ nách, hắn co người lại và cười. Bà bảo chỗ cần nhột thì không nhột. Rồi bà vỗ vào mông hắn. Tắm là một thực tại. Nhưng hắn không tránh khỏi cảm giác hoang đường. Tại sao bà lại tắm cho hắn? Bà là ai? Hắn không dám hỏi. Trong tận cùng lý trí còn sót lại, hắn sợ bà sẽ biến mất nếu hắn ngu ngốc hỏi bà.

Hắn nghêu ngao hát một câu, như con chim ngứa cổ. Nhưng nhà thơ Xuân Diệu không ngứa cổ vẫn hót, vì ông cần ăn. Đó là cuộc cách mạng của miếng ăn. Người đàn bà xúc cho hắn một tô cơm với hầm bà lằng thức ăn, tất cả các món kho, xào và canh. Bà cũng ăn và trông chừng hắn.

Khi đêm đến, bà ôm hắn trên giường. Vuốt ve hắn. Và bản năng của sự sống vươn mầm xanh tươi. Cặc hắn dựng lên thẳng đứng.

Hắn là bài thơ của bà. Nghiệt ngã và vô ưu.

3.

Núi Mê lừng lững một mình giữa đồng bằng. Nơi hắn sống, vừa đủ xa tầm mắt để chiêm ngắm ngọn núi, cũng vừa đủ gần để đôi chân leo lên khi muốn đè một giấc mơ. Hắn bảo núi không phải là một công án thiền nhưng là một thách thức cho cả trí tuệ và thể xác. Tuy nghĩ thế, nhưng việc hắn leo núi chỉ để chơi với khỉ. Và nhìn núi cũng chỉ để biết rằng đời có chỗ cao chỗ thấp. Không triết lý gì.

Mỗi khi chiều về, nhìn ngọn núi mờ dần trong hơi sương, bao giờ lòng hắn cũng tràn ngập nỗi nôn nao, bất định và hoang mang. Chúa không cứu vớt hắn. Mà hắn cũng không muốn được cứu vớt. Thiên nhiên và con người, xung đột và thuận hòa trong cùng một cảm xúc hiện hữu. Như thể trầm luân. Như thể thôi thúc mà không biết phải làm gì.

Giữa lúc ấy lưỡi tầm sét từ trời đánh xuống. Cháy xém lông tóc, hắn càng trở nên ngơ ngẩn, bần thần. Và dường như mất kiểm soát bản thân.

Thế giới khác đi. Xô lệch và méo mó.

Làm thế nào để tồn tại có thể là mối bận tâm của cả loài người, riêng hắn thì không. Trời sinh voi sinh cỏ. Ông Bụt của cổ tích không hiện ra, nhưng lòng từ bi của Bụt thì vô hạn, ngài gởi đến cho hắn một người đàn bà thuần hậu. Bà tảo tần cưu mang hắn như định phận. Vừa mơ vừa thực.

Giống như hai bóng ma vật vờ, họ đi qua thế gian gập ghềnh mà phiêu linh. Không ai biết họ. Nhưng núi Mê và đồng bằng hằn sâu vết chân họ cũng như thấm đẫm mồ hôi họ nhỏ xuống. Những khó khăn của cuộc sống không làm họ lo âu. Họ sống như vốn dĩ, cả với những điều hữu hình và vô hình.

Trên cánh đồng dưới chân núi Mê, mùa màng đi qua và để lại cho họ lương thực và niềm vui.

4.

Tưởng như không có lịch sử, nhưng lịch sử một hôm đến gõ cửa nhà hắn, bảo cả cái làng này thuộc diện qui hoạch, vì thế cái nhà và mảnh vườn của hắn sẽ được giải phóng đền bù. Hắn cười hỏi lại, thế sự bình an của tôi có được đền bù không? Lịch sử nghiêm nghị phán cái này đã có đảng và nhà nước lo.

Cả làng hắn gào khóc. Ai oán tận trời xanh.

Không chỉ có những thằng Bờm, thằng Cuội, làng hắn cũng có những ông trạng, thày đồ và cả những chiến binh. Họ chống lại lịch sử. Họ bảo lịch sử là bọn bất nhân. Nhưng chính nghĩa không thắng được cường bạo. Ngày định mệnh, xe xúc đến đập tan nát mọi mái ấm. Bom xăng và lựu đạn nổ. Cả làng bị bắt.

Hắn và người đàn bà khôn ngoan của hắn đã trốn thoát bằng cách bay thẳng lên trời.

Họ làm dân du mục giữa thành phố quang vinh của

thời đại xảo trá.

    Tự hào. Không tự hào là không yêu nước. Hai vợ chồng hắn cùng đi bán vé số cho những ước mơ đổi đời. Thường thì hắn hay đứng hát trước những quán nhậu, những mối tình buồn làm cho hắn đỡ buồn. Đôi khi, hắn thuyết giáo như một ông đạo. Tuy nhiên, không bao giờ hắn quên kết thúc bài rao hàng bằng câu (địt con mẹ) đứa nào không nghe tao nói là phản động. Từ ngỡ ngàng đến thích thú, người ta móc tiền mua vé số của thánh chửi.

    Con người tuy yếu đuối nhưng lại thích hung bạo, vì thế chửi là cách làm con người thỏa mãn nhất. Nghe người khác chửi hay tự chửi đều có công dụng là xoa dịu "nỗi đau thân phận" và giải phóng những ẩn ức nội tại. Chửi như hót là một nghệ thuật sống. Hắn thực hành nghệ thuật ấy như một cách tồn tại. Hôm nào muốn về sớm, hắn sẽ lôi một nhân vật đang tai tiếng nào đó trong chính quyền ra chửi. Hôm ấy hắn sẽ bán hết rất nhanh. Người ta thấy hắn "ngon". Chửi và nghe chửi là một niềm vui.

    Nhưng không phải lúc nào hắn cũng thích chửi, có hứng mới chửi. Như thi sĩ làm thơ, hắn chửi không độc địa, mà bông lơn. Như vô tội. Nó khơi dậy nơi người nghe một âm vọng phản tỉnh về thói đạo đức giả. Thật ra, hắn cũng chẳng quan tâm thế nào là đạo đức. Cứ vui là được.

    Đấy là lẽ sống của hắn.

    Người đàn bà cũng có chiêu thức của mình, bà ghé tai mọi thể loại giống đực, mua vé số của em thì em cho nhìn vú. Nhìn vú hiệu nghiệm hơn nghe chửi. Ngày nào bà cũng bán được gấp đôi hắn.

Tuy nhiên, bà vẫn giấu hắn kiểu gợi tình dụ khách ấy vì sợ hắn ghen. Thực tế, đấy chỉ là một ý nghĩ. Vốn là con cháu tổ mẫu Âu Cơ đẻ giỏi, nhưng bà vẫn đoan trang theo đạo đức ông bà. Bà không cho ai xem vú như bà muốn khoe, nhưng bà biết cách cho giống đực thấy vú bà đẹp. Bà dùng cả hai tay duyên dáng xốc lại bầu vú đần độn cho ngay ngắn. Vú là một bộ phận khác thường, thằng cha đàn ông nào mà không thích nhìn vú phụ nữ. Bà có thì bà khoe.

Một hôm, người đàn bà của hắn về sớm bất thường đúng hôm hắn bệnh nằm nhà. Tức giận và đau khổ, bà vừa kể vừa chửi, đụ má chúng nó cướp hết của em rồi.

Hắn lại phải đụ má thêm một lần nữa, rồi hôm sau gắng gượng đứng dậy đi bán, dù chưa khỏe hẳn.

Càng ngày hắn càng thích bùm một thằng mất dạy nào đó và chửi tục lung tung. Tuy nhiên, hắn bảo tưởng tượng giết người hay chửi tục như hắn cũng không thể sướng bằng làm nghề lãnh đạo chính trị hay tinh thần. Đấy mới là đỉnh của mọi chọn lựa. Giết cả linh hồn con chiên.

Kẻ tiên tri hay gã thầy bói cũng chỉ là một cách nói. Và cũng không gì dễ dàng hơn để bán một xấp vé số bằng cách phán một câu gì đó về số phận con người cho một kẻ mê tín bất kỳ, mà ai chẳng mê tín, hắn nghĩ thế. Hắn bảo, xét cho cùng mua vé số có khác gì mua một vé vào thiên đường. Chẳng những thế, hắn còn rộng lòng khuyến mãi cho những người có đức tin vào định mệnh một niềm hy vọng về tương lai của mình nhiều lần hơn số tiền trúng thưởng. Vâng, thưa ông chỉ một thời gian ngắn nữa thôi, cơ may sẽ đến với ông và làm ông đổi đời. Bạn tò mò muốn biết rõ chi tiết hơn? Này thì chiều. Sẽ có một người đàn bà sang trọng hộ mạng ông và giúp đời ông lật sang một trang sử mới. Chưa thỏa mãn hả? Được thôi, nhưng tôi còn phải đi bán tiếp. Có duyên thì lần sau gặp nhé. Ông muốn mua hết à? Tôi nói không sai đâu. Đời ông rồi sẽ còn hơn cả trúng số.

Hắn chẳng lừa gạt ai.

Người vĩ đại nhất là người lừa gạt giỏi nhất, hắn quả quyết. Vì thế, người cả tin sẽ là người thánh thiện nhất. Tương tự, người đần độn sẽ là người anh hùng nhất. Trong thế giới này, chỉ có kẻ lừa gạt và người bị gạt. Càng vĩ đại càng lưu manh. Kẻ giác ngộ sẽ đi vào sa mạc. Ở đó không có ngục tù và hoang vu sẽ giải thoát họ. Nhưng kẻ giác ngộ sẽ bị gọi là điên. Vì thế, điên cũng là chân lý. Và chân lý thì bất nhất tâm thần phân liệt.

Dẫu thế nào, hắn vẫn là người tự tin.

Khi chúng sinh còn lầm than trong cõi mê, hắn bán giấc mơ 10.000 đồng và rao giảng về cõi phúc lộc. Người ta gọi hắn là "ông đạo vé số" hay "thánh chửi" tùy vào mức độ cảm nhận. Hắn nói, phúc phần là trời cho, nhưng muốn được phúc thì phải xin. Cơ chế xin – cho là đạo của trời, vì thế muốn trúng số thì vừa phải mua vừa phải cầu nguyện. Ai không biết cách cầu nguyện thì hắn cầu nguyện giùm.

Ông đạo vé số càng ngày càng linh thiêng nhờ tiếng

đồn. Thời huy hoàng nhất của hắn là khi chúng sinh xếp hàng mua vé số quốc gia hay xin số đánh đề từ chính bàn tay thần tài của hắn, như cách người ta xin lộc ở Bà Chúa Kho hay Bà Chúa Xứ. Nhưng lộc nào thì cũng có hạn, mỗi ngày hắn chỉ bán 500 vé đủ sở hụi cho cơm áo hàng ngày. Hắn nói, thần tài cũng thích nịnh và tung hô như tất cả các vị thần khác. Biết nịnh thì tất thịnh. Nhưng không một ai biết thần tài thích nịnh kiểu gì, vì thế trúng số chỉ là chuyện mơ màng của những người mơ mộng. Con người là một sinh vật mơ mộng, cũng vì thế, kẻ nào có thể mang đến cho con người những giấc mơ càng hão huyền thì kẻ ấy càng có cơ may nắm giữ được linh hồn con người. Hắn cũng bảo kẻ nào càng điên thì càng vĩ đại.

Trong thâm tâm, hắn biết hắn là kẻ vĩ đại. Nhưng hắn không thể tạo ra những giấc mơ cho người khác. Hắn nói với người đàn bà của mình, bán vé số là biết thân biết phận, không ai thù mình vì bán vé số trật, cho dù đó cũng chỉ là một cách lừa đảo.

Dù sao, để có thể ngủ yên giấc, mỗi tối hắn đều tự chuốc cho mình một ly rượu đế. Và để cho vợ ôm.

5.

Bán giấc mơ cho người khác, nhưng vợ chồng hắn không mơ. Hắn cũng chẳng tin có một phép màu nào có thể làm cho hắn hay vợ chồng hắn đổi đời. Vì thế, kiếm được đủ ăn là mừng. Không ốm đau bệnh hoạn là mừng. Đêm nằm có vợ để ôm là vui.

An phận thủ thường, tưởng thế là yên thân. Nhưng một đêm như ác mộng, khu nhà trọ hắn thuê bị giải tỏa. Không có phép màu cho vợ chồng hắn bay thẳng lên trời, gia đình hắn bị đẩy ra đường.

Đường thì đủ dài và rộng cho vợ chồng hắn lang thang.

Cũng may, chỉ phải mất mấy ngày ngủ hàng hiên, hắn tìm được chỗ ở thuê khác. Chưa bao giờ cảm giác về cõi tạm của hắn lại cụ thể đến thế.

Và hắn chán đời, uể oải như sự thờ ơ dần dà của vợ. Rồi một ngày kia vợ hắn không trở về nữa. Đi tìm khắp các bệnh viện không thấy, hắn hỏi thăm các bạn bán vé số mới hay mụ vợ đi theo một thằng đàn ông khác. Đó là một người mù, cũng bán vé số, nhưng có giọng ca rất hay. Hắn không hiểu nổi sự tình oái oăm này.

Những ngày đầu, tự ái đàn ông khiến hắn cảm thấy nhục. Sau giờ đi bán, chiều về hắn uống rượu chửi thề nguyền rủa người phụ bạc.

Cho đến một ngày nhận ra sự trống vắng cô đơn cũng là tự do, hắn nguôi buồn khổ.

Và hắn hoan hô tự do.

Không bị vợ quản lý, ghen tuông cũng là một cái giá đáng để trả. Hắn tận hưởng tự do bằng những chiều tối hoang mang và những đêm mịt mù mông lung, một mình. Chỉ có một kỷ luật duy nhất mà hắn phải tuân theo là mỗi sáng đi bán vé số dạo. Hắn bình thản nhìn người khác hưởng thụ trong các quán ăn, quán cà phê. Không tị hiềm, bởi hắn biết hạnh phúc không nằm bên ngoài cuộc sống. Và lại, số phận không phải là cái ta có thể lựa chọn. Đôi khi, nhìn những khuôn mặt ngơ ngẩn của người khác trong lúc đóng vai kẻ tiên tri, hắn không thể không thỏa mãn. Quả thật, bắt linh hồn người ta dễ hơn chinh phục thể xác. Và sự thú vị cũng tao nhã lớn lao hơn. Tuy nhiên, hắn vẫn thấy những kẻ thần phục ngôi lời trong hắn cái hèn mọn đáng ghét. Và hắn cũng chỉ muốn chìa tay vào mặt bất cứ ai bùm một phát. Không thương tiếc.

Con người không đáng sống.

Cũng đôi khi, hắn tự chìa ngón tay vào thái dương

mình, bùm. Hắn cũng không đáng sống hơn người khác.

Thế nhưng, cuộc đời vẫn vui tươi sánh vai cùng đau khổ đi qua trần gian nuôi dưỡng mầm hy vọng. Sống và chết chen nhau cùng lên đường. Điều dễ dàng nhất là xổ toẹt mọi thứ, nhưng chẳng ai làm được.

6.

Bất ngờ dịch cúm covid ập đến bủa vây cả thế giới trong sợ hãi. Thành phố đóng cửa và không chỉ người bệnh bị cách ly, những người trong gia đình hay những ai đã từng tiếp xúc với bệnh nhân đều bị cưỡng bức bắt vào các khu cách ly tập trung được lập một cách vội vã, thiếu thốn mọi phương tiện sinh hoạt cũng như chăm sóc y tế. Những hàng rào kẽm gai, những ống cống bê tông được dựng lên khắp nơi để ngăn chặn con virus. Bi kịch của tư duy chiến tranh, cực đoan bệnh hoạn dẫn đến số người bị nhiễm bệnh và tử vong càng ngày càng nhiều.

Cấm đường, cấm chợ, cấm buôn bán. Nghề bán vé số dạo của hắn tất nhiên cũng bị cấm. Làm thế nào để sống qua ngày? Hắn lập lại câu hỏi một ngàn lần. Và một ngàn lần bế tắc. Muốn ăn mày cũng không xong. Chẳng còn cách nào khác, hắn nghĩ cách ăn vạ cuộc đời.

Hắn không thể một mình phá kho thóc, cướp lương thực. Tìm đến một ngôi nhà đẹp bên đường có mái hiên, hắn trải chiếu ngủ khi mọi người thức, và thức khi mọi người ngủ. Đói cũng phải tao nhã, hắn ca hát và nói tiên tri. Trước khi ngừng rao giảng, bao giờ hắn cũng phải bùa một câu (địt con mẹ) đứa nào không nghe tao nói là phản động, như hô khẩu hiệu. Tất nhiên cũng đến lúc người trong nhà và hàng xóm khó chịu, người ta đuổi hắn đi. Hắn bảo tôi đói. Chẳng đặng đừng, người ta cho hắn ăn. Và hắn đi. Cứ thế hắn đi từ chỗ này qua chỗ khác cũng vẫn một chiêu hồn nhiên ca hát và nói thánh nói tướng.

Có người cắc cớ hỏi hắn, làm sao ông có thể nói tiên tri hay thế? Hắn bảo có gì đâu, tôi học tập lãnh đạo mà. Người ta càng khoái hắn. Và hắn được cho ăn tử tế, thậm chí có người còn cho tiền.

Dù bị phong tỏa đến nghiệt ngã và vô lối, đói khổ và tuyệt vọng, nhưng cách này cách nọ người ta vẫn sống. Sự chịu đựng của con người quả thật vô hạn. Phẩm giá bị chà đạp nhưng không một ai cảm thấy bị xúc phạm. Sự sợ hãi vốn làm con người hèn hạ, họ cũng sẽ hèn hạ cho đến muôn đời sau. Hắn chĩa tay về phía trước. Bùm. Bùm.

7.

Ở bước đường cùng, con người sẽ được cứu vớt. Các nhà tiên tri lớn đều nói thế. Nhưng hắn cho rằng điều ấy là may mắn.

Và may mắn đã đến với hắn. Có một người đàn bà độ lượng đầy tình mẫu tử bán trái cây lấp ló trong nhà bảo hắn "ông vào nhà tui mà ngủ". Như một tất yếu phải đến, hắn lẳng lặng cầm bọc quần áo bước vào nhà bà như trở về một nơi chốn cũ. Hắn bảo, sự giản dị là minh triết của cuộc sống.

Ngôi nhà chỉ lớn hơn cái chiếu một chút, nhưng có gác, nằm cạnh một nghĩa trang xưa yên tĩnh. Trong nhà còn có một mẹ già. Bà bảo, ông tắm rửa nghỉ ngơi đi.

Cảm giác về sự sạch sẽ sau bao ngày lê la ngoài đường giống như được thanh tẩy không chỉ bằng nước mà còn bằng từ tâm giải nghiệp của con người dành cho nhau.

Bà già dọn cơm cho ba người ăn, khá đầy đủ.

Hắn cảm nhận được sự ấm áp của bầu khí gia đình.

Hạnh phúc thấm từ tốn vào hắn qua những hạt cơm nóng và làm dậy lên một cảm xúc biết ơn sâu xa.

Ngoài kia, thành phố đang chìm xuống cơn đau dịch bệnh. Những con đường hun hút vắng tanh, chỉ còn những người đi giao hàng qua lại. Thành phố đang chết. Nhưng ở giữa cõi chết ấy, một người vừa hồi sinh. Hắn không hiểu được sự nhiệm màu của cuộc sống.

Đêm ấy hắn ngủ ngon lành. Và hoàn nguyên là một người đàn ông tháo vát.

Thành phố vẫn phong tỏa, hắn không thể làm gì ngoài việc sửa chữa vài vật dụng đã lỏng lẻo và sắp đặt lại chỗ để đồ dùng trong nhà cho hợp lý và tiện dụng. Người đàn bà thì vẫn cố gắng luồn lách qua những chốt kiểm soát để lấy hàng và giao hàng cho khách quen. Nhờ thế, cuộc sống vẫn còn thoi thóp được.

Và bà đã làm một cuộc cách mạng bản thân để mang về một người đàn ông xa lạ làm sở hữu. Như núi lửa phun trào bất chợt sau những năm dài tưởng chừng quên lãng, nhưng cũng phải mất hơn một tuần, người đàn bà mộc mạc ấy mới dám ôm hắn trong đêm. Và bà đã thiêu đốt mình trong từng ngày khám phá những bí ẩn của thân xác.

Thế rồi bà mang bầu. Một kỳ diệu khác của sự sống lớn dần lên trong bà.

Nhưng cuộc sống vất vả với chiếc xe đạp chở nặng trái cây đã khiến bà sẩy thai chỉ sau vài tháng cưu mang. Bà rơi vào cơn trầm cảm đến độ không muốn làm gì nữa.

8.

Khi đợt dịch qua đi cũng là lúc hắn đổi nghề thay vợ kiếm cơm. Chiếc xe đạp được chế thành xe lôi, hắn lại rong ruổi trên mọi nẻo đường với một cửa hàng trái cây vui mắt.

Buôn bán gì cũng cần có nghệ thuật và cái duyên. Hắn giở lại trò cũ vừa rao hàng vừa chửi thiên địa quỉ ma thánh thần. Nhưng (địt con mẹ) đứa nào không nghe tao nói là phản động vẫn là tuyệt chiêu dẫn dụ nhất.

Từ đáy lòng, hắn cảm thấy cần phải có cách tri ân vợ và chuẩn bị cho tương lai những đứa con sau này. Bàn với vợ thuê một cửa hàng nhỏ sát ngay đầu chợ làm cho tươm tất, đẳng cấp hơn để thu hút người tiêu dùng khá giả, hắn bảo nghèo chơi với nghèo có mà chết chùm à. Hắn thuê làm kệ, tủ trưng bày với những hàng hóa được trưng bày đỏm dáng nhất. Hắn thành công một cách ngoạn mục không chỉ vì trái cây của hắn bán tươi ngon mà còn bởi vì cách rao hàng vô đối của hắn, dù cửa hàng của hắn có giá bán mắc nhất chợ. Hắn bảo tiền nào của đó, nhưng vẫn không quên chửi vu vơ (địt con mẹ) đứa nào không nghe tao nói là phản động. Hắn cũng thích ví von tục tĩu kiểu nhìn ngon như vú thiếu nữ, hoặc hấp dẫn như mông đàn bà. Tuy nhiên, vợ hắn vẫn một mực đoan trang niềm nở với khách hàng.

Chỉ hơn nửa năm hắn đã đủ hào phóng để tặng chiếc xe đạp cũ cho một người quen từng bán vé số dạo như hắn và mua được chiếc xe gắn máy cũ. Thêm một năm nữa, vợ chồng hắn mua hẳn một chiếc xe gắn máy mới cáu cạnh.

Đời thế là vi vu.

Hắn xây lại nhà, lên thêm tầng và sắm TV, tủ lạnh mới. Cuộc sống ổn định, nhưng vợ hắn lại không thể có thai lần nữa. Thuốc men và thần thánh đều vô hiệu. Thật ra, với hắn thì có con hay không chẳng có gì quan trọng. Hắn không có nhu cầu nối dõi tông đường, hắn bảo một dòng giống nửa điên nửa khùng như con cháu vua Hùng thì nối dõi để làm gì.

Cho dù đang rất vui thú với việc kiếm ra tiền và luôn nhớ ơn người đàn bà đã cưu mang mình, nhưng đôi khi rảnh rỗi ngồi nhìn trời cao hắn không khỏi cảm thấy bị ràng buộc. Gần như hắn đã quên mình là ai. Nghĩa vụ chính là liều thuốc độc giết chết ý nghĩa cuộc sống. Nhưng tự do liệu có phải là tuyệt đối hạnh phúc? Hắn dùng dằng với ngày tháng và cuộc đời mình giữa sự yên ổn và ước muốn buông bỏ. Tiếng gọi từ sâu thẳm của mây trời vẫn thẳm vọng trong máu. Và đôi chân quen rong ruổi đôi khi bồn chồn vu vơ.

9.

Virus cúm tàu quay trở lại với mức độ lây lan nhanh hơn. Nó bay trong không khí tìm hơi người, len lỏi vào nỗi hoang mang sợ hãi. Giống như chiến tranh. Giống như khủng bố. Con người không biết ẩn nấp ở đâu cho an toàn. Xã hội hỗn loạn. Chính quyền một mặt ra sức chống đỡ dịch bệnh, nhưng cũng đồng thời xử dụng các biện pháp phòng chống ấy để ngăn ngừa mọi mầm mống bất mãn trong dân chúng có thể bùng phát. Vì thế, không những con người bị dịch bệnh đe dọa mạng sống, mà còn bị chính quyền vây hãm trong những "pháo đài" đến tận mỗi căn nhà hay những khu cách ly tập trung chật chội dơ bẩn. Chẳng những thế, các nhân viên công quyền còn những lạm quyền hành xử phạt người dân ra đường không có lý do chính đáng, nhưng thế nào là chính đáng lại thuộc quyền cho phép của các ông thần thi hành công vụ, nó không phải cái khẩn thiết thật sự của người dân.

Chợ búa hàng quán đóng cửa trong những hàng dây phong tỏa. Những khu phố ảm đạm đìu hiu, dịch bệnh tuy đáng sợ, nhưng thiếu ăn còn đáng sợ hơn. Có tiền hay không có tiền, không một ai thoát khỏi nỗi ám ảnh tìm kiếm thực phẩm.

Hàng ngàn người lũ lượt tháo chạy khỏi thành phố đang tắt thở bằng đủ mọi cách kể cả đi bộ, bất chấp rủi ro và nỗ lực ngăn cản của chính quyền. Họ lê lết, vạ vật dọc đường như những mảnh giẻ rách trong cơn lốc của ngày tận thế.

Không việc làm, không tiền bạc, không nhà cửa... nhưng về quê, ít ra họ còn có đất để cạp.

Phần hắn, hắn vẫn sống khỏe bằng cách mua chui bán lậu và giao hàng tận nhà. Ít ra, hắn không lợi dụng thời cơ nâng giá chặt chém làm giàu nhưng cũng không muốn làm chuyện bao đồng cứu trợ cho người khác, hắn bảo chuyện ấy để đảng và nhà nước lo. Tuy nhiên, với những người đói khổ đôi khi bắt gặp đâu đó, hắn không thể không mở lòng chia sẻ ít cây trái sẵn có.

Hắn đang trở nên tỉnh táo và thực tế?

Không, hắn như kẻ chơi bập bênh giữa thực tại và hư ảo. Bởi hắn vẫn là con cháu vua Hùng nửa điên nửa khùng. Khi bóng tối bao phủ, thế giới này đóng lại thì một thế giới khác mở ra. Ngôi lời từ sâu thẳm dấy lên nỗi khát khao hiển lộ. Nhưng ngôn từ là một tường thành mà hắn không thể vượt qua, vì thế mưa chiều điên loạn, nắng sớm lo toan, hắn tưng tửng những sấm ngôn kinh dị và văng tục thất thường.

Thế giới này phải bị phá hủy, bởi chỉ có sự phá hủy mới làm cho thế giới lành sạch. Nhưng địt mẹ chúng mày, bọn khốn nạn ăn tàn phá hại không chừa lại thứ gì mang dấu vết con người. Chúng mày đã chôn vùi cả lịch sử con người vào hố phân. Chúng mày tự sướng bằng cách ỉa rồi lại ăn. Chúng mày ca tụng nhau sáng suốt. Nhưng tao nói cho chúng mày biết, con sâu thì không thể đứng dậy sáng lòa, con khỉ thì không thể tiến hóa thành người văn minh. Căn nào cốt đó. Những kẻ khôn ngoan thức thời đã bỏ chạy. Thế giới này chật hẹp, không có chỗ cho con người trú ẩn. Tai ương sẽ đổ lên đầu ngươi và con cháu ngươi. Và những kẻ thiện lương cũng vì các ngươi mà mang họa. Chính các ngươi là tội ác và sản sinh ra tội ác. Các ngươi gieo mầm cho dịch bệnh phát sinh. Các ngươi là thảm họa diệt chủng. Không ai có thể cứu vớt các ngươi khi ngày phán xử đến.

Tại sao thế giới lại đầy tai ương? Hắn bảo làm gì có tội tông truyền mang tính mặc định. Chính con người và cách sống của nó tạo ra tai ương. Và đó mới là lý do xuất hiện của các đấng cứu đời. Hắn bảo, tao cũng là một đấng cứu đời. Những điều tao nói không phải bởi tao mà ngôi lời nói qua tao. Tin tao tức là tin ngôi lời và kẻ ấy sẽ được giải thoát. Chúng mày không thấy tao đã vượt qua thế giới này sao? Bởi đức tin của chúng mày không bằng hạt cải. Mặt đất sẽ mở ra và chúng mày hãy mở mắt ra mà nhìn, không phải ba nghìn thế giới của chư Phật, mà ba nghìn lần của ba nghìn lần của ba nghìn lần ta bà chúng sinh trong vô lượng kiếp xoay chuyển. Đó chính là ý nghĩa tồn sinh. Nó tồn tại vì chính nó. Vì thế, các đấng cứu đời chỉ là cách con người giải trí. Một hiện tượng tái tạo cân bằng giữa thiện và ác. Nhưng thiện ác vốn không thật, nó tồn tại cho sự ảo hóa. Đừng mất công vì nó làm gì.

Tuy nhiên, con người vẫn cứ phải khốn khổ lao đao tồn tại giữa vô thường bấn loạn. Phật bảo sắc tướng cũng tại tâm, nhưng hắn bảo sướng khổ mới là thật. Và sướng khổ là nghiệp của nhân quả luân hồi. Cuối cùng hắn nói, cuộc đời này chán bỏ mẹ. Cứ làm gì được cho sướng thì làm. Các đấng cứu đời, xét cho cùng, cũng chỉ là một bọn giết người.

Không có giấc mơ nào có thể cứu rỗi con người, cũng không có cái đẹp nào cứu rỗi thế giới. Tính cửu thì bất biến. Minh trí là sống tận cùng với thực tại như bây giờ là vĩnh cửu.

Con người lừa đảo nhau bằng những lời hoa mỹ. Hãy trần trụi như khi đến và đi khỏi mặt đất này.

Cái gì mà to mồm thế? À, hắn đang say. Rượu nói thay cho ngôi lời.

10.

Tất cả các bệnh viện trong thành phố đều được trưng dụng để chuyên trị cúm tàu và tất cả đều đã quá tải. Mọi phương tiện thiết bị y tế cũng đã cạn kiệt. Những bệnh nhân mới không tìm được chỗ chữa trị. Cả thế giới lao đao và hoang mang. Một cuộc thanh lọc của tự nhiên với tốc độ càng ngày càng nhanh. Còn thở là còn nguy cơ nhiễm bệnh. Các nhà khoa học chạy đua với thời gian để tìm ra vaccine cũng như thuốc điều trị. Nhưng virus không ngừng có những biến thể mới. Làm thế nào để tồn tại trong cơn lốc càn quét tàn khốc này?

Có những ngày say xỉn xong, hắn nằm khóc. Hết khóc rồi lại chửi.

Địt con mẹ chúng mày. Còn gì khốn nạn mà chúng mày chưa làm không?

Sự thay đổi đột ngột từ một thành phố ồn ào năng động sang một thành phố ngưng trệ vắng lặng, nó rờn rợn như một thành phố ma. Dây giăng, hàng rào kẽm gai và chốt chặn phong tỏa khắp nơi gây ra cảm giác thê lương, tù hãm và khủng bố. Bọn lâu la hung hãn lạm quyền đe nẹt, cấm đoán và xử phạt vô tội vạ người dân ra đường kiếm miếng ăn theo những lý luận ngu xuẩn của chúng. Việc từ thiện cũng bị làm khó dễ. Giữa những ám ảnh của cái đói và cái chết, chính quyền lúng túng với những biện pháp sai lầm, và người nghèo vốn đã không thể kiếm ra tiền càng khốn khó. Người ta lo sợ một sụp đổ toàn diện.

Mùa mưa đến, những kẻ không nhà nhàu nát dưới mái hiên đường phố. Những thân phận co ro ngoài lề xã hội không một ai quan tâm.

Hắn bảo, viễn cảnh về một thế giới đại đồng nằm ở phía bên kia cõi sống. Chỉ có cái chết mới mang lại bình đẳng cho tất cả.

Chưa bao giờ hơn lúc này, hắn muốn bỏ đi đến thế. Nhưng hắn biết phía ngoài kia là địa ngục. Và hắn không bao giờ muốn quay trở lại chỗ mù mịt đó. Nhưng thiên đàng ở đâu hắn cũng không biết. Dù hắn thừa hiểu, uống rượu không phải là một thú vui, cũng không phải là một giải pháp cho những bế tắc. Nó không làm lãng quên điều gì. Ngược lại, nó đào sâu hơn cái bi đát của những nỗi niềm bèo bọt. Nhưng hắn không thể không uống. Nó là sự dày vò của nỗi cô độc. Vì thế, khóc và chửi cả thế gian là sự ngạo ngược đáng được cảm mến nhất.

Càng ngày hắn càng chìm đắm vào chính mình. Cái tổ kén càng lúc càng dày. Những giấc mơ không lối thoát.

Số lượng người nhiễm cúm tàu mỗi ngày mỗi tăng,

đường phố dường như chỉ còn tiếng xe cứu thương. Và người ta không điểm danh người bệnh nữa. Bây giờ chỉ còn là những con số vô hồn.

Dẫu sao thì hắn vẫn phải ăn. Cuộc mưu sinh không phải là những cơ hội. Nó là cuộc săn đuổi không có hồi kết. Hắn nghĩ, cũng may mà hắn không còn phải đi bán vé số dạo. Ai cũng phải ăn, vì thế bán cái để ăn không bao giờ sợ đói hay thất nghiệp. Không bán công khai thì bán chui. Kiểu gì cũng sống. Và sống được đã là may. Chất lượng hay phẩm chất gì đó đều xa xỉ.

Đường phố hiu hắt, chiếc xe lôi của hắn chở đầy trái cây các loại. Xe thong dong vì đường vắng, nhưng người lại hồi hộp. Và điều không thể tránh đã tới. Ba chiếc xe gắn máy vừa ra hiệu vừa ép xe hắn vào lề.

Một người hỏi, đi đâu?

Hắn đáp, dạ chở trái cây về phân phối cho bà con.

Có giấy phép không?

Hắn hỏi lại, giấy phép gì ạ?

Giấy phép ra đường.

Dạ, không có.

Một người khác nói, muốn phạt ba triệu hay giam xe?

Dạ, em hết tiền rồi. Các anh cho em xin. Nhà em nghèo xin các anh thông cảm.

Một người nói, mang xe về phường.

Xin các anh đừng tịch thu xe của em. Vợ con em đói.

Đói thì cũng phải tuân theo pháp luật chứ. Không nói nhiều. Mang xe về phường.

Hắn lục lại túi, chỉ còn sáu trăm ngàn. Móc hết cầm trên tay, hắn nói các anh thông cảm em chỉ còn nhiêu.

Một người giật lấy tiền của hắn, tha cho lần này thôi đấy. Lần sau muốn đi buôn thì nhớ mang theo đủ tiền phạt.

Hắn dạ, dạ.

Được cho đi, hắn vẫn hồi hộp, không biết phía trước còn gặp ma không.

Cũng là một cách kiếm ăn. Hắn tặc lưỡi chửi thề, địt mẹ chúng mày.

Thần chết lượn lờ. Cuộc sống co rúm trong sợ hãi. Hắn nghĩ đến chuyện quay về núi. Nhưng núi đâu còn của hắn. Núi trở thành giấc mơ, hoài vọng.

11.

Núi. Hắn nhìn núi. Núi ở xa tầm mắt. Núi ngay dưới chân. Núi ở trong lòng. Mịt mùng núi. Đức Chúa phán đức tin con người có thể dời được núi. Và hắn mang núi về thành phố. Hắn để núi trong góc nhà, thỉnh thoảng mang núi ra lau chùi rồi đặt lên bàn ngắm. Thật ra, đó chỉ là một cục đá. Dáng dấp cổ kính. Hắn bảo đó là Trời, Phật. Nhưng không bao giờ hắn thắp nhang. Hắn bảo Trời, Phật có chết đâu mà thắp nhang. Cục đá, núi, hay Trời, Phật khác gì nhau. Tôn thờ cục đá có hình đã là đi ra khỏi bản chất của đá. Trời, Phật có hình đã là giết chết Trời, Phật. Cho nên, hắn bảo đá thì hãy là đá. Và hắn lại vất cục đá trong xó nhà. Hắn nói, tự do là thoát được không những cái vớ vẩn và cả những điều vĩ đại.

Núi sập. Núi lở. Núi đè. Leo núi là một trò chơi nguy hiểm. Tuy nhiên, hắn bảo ngồi một chỗ nhắm mắt nhìn núi giống như thiền sư quay mặt vào tường mới là điều phi thường. Hắn đã nhìn núi như thế không phải chín năm mà sáu lần chín. Tất nhiên, núi vẫn là núi. Đôi khi hắn thấy hắn cũng là núi. Và núi là hắn. Nhưng núi của hắn ngày nào cũng lở, giờ nào cũng sập và hắn bị núi đè suốt năm mươi bốn năm.

Hắn bảo sự tưởng tượng làm con người trở nên bất tử. Ít ra, kẻ bị núi đè như hắn đã không chết. Nhưng hắn lại là kẻ lúc nào cũng muốn chết. Và chết là điều bận tâm lớn nhất của hắn. Chết trở thành một cách sống. Và sống là luôn luôn chết. Hắn bảo ai không biết về sự tái sinh thì kẻ ấy đã chết.

Ngoài kia, hay trong này, cơn gió mang đến sự đổi thay. Nhưng nỗi buồn chán thì miên viễn. Hắn giơ ngón tay trỏ vào thái dương, bùm.

12.

Việc buôn bán của hắn chỉ diễn ra trong buổi sáng. Từ bốn giờ hắn đã ra khỏi nhà, len lỏi qua các con hẻm để tránh chốt chặn và đội tuần tra, đến chỗ mấy mối quen cũ gom được gì thì gom, không chỉ trái cây mà còn đủ thứ rau củ. Hàng phân phối cũng theo cách len lỏi đó đến từng nhà. Tới mười giờ mọi thứ xong xuôi. Vợ hắn ở nhà nấu cơm. Thời gian còn lại chỉ là ăn và ngủ. Hắn bảo bi kịch hay hạnh phúc của con người, thật ra chỉ gói gọn vào mỗi việc ăn. Khởi đầu và kết thúc của mọi sinh mệnh.

Vốn đã không thiết sống, tình trạng phong tỏa thành phố càng làm cho hắn chán. Một hôm, hắn nói với vợ, tôi đi chết đây. Vợ hắn ngơ ngác, cái gì vậy? Không giải thích, hắn bước ra khỏi cửa. Vợ hắn níu áo, đang giãn cách, anh đi đâu? Hắn bảo, giãn cách thì lại càng cần đi. Hắn đẩy vợ ra, dứt khoát bước đi, không mang theo bất cứ thứ gì.

Và hắn nhìn thấy tận thế.

Đi để chết và đi để kiếm cái ăn là hai việc rất khác nhau. Vì thế, đường phố cũng rất khác. Tiếng xe cứu thương dồn dập hú vang làm mờ nhòe những ngôi nhà đang nín thở. Thế giới chỉ còn mình hắn. Chưa bao giờ hắn cảm thấy mình đơn độc đến thế. Hắn đi bộ đến cây cầu. Đây là nơi được chọn cho rất nhiều người muốn tự kết liễu đời mình. Hắn nghĩ cũng tiện. Không đắn đo, hắn nhảy xuống. Nhưng hắn là kẻ biết bơi, phản xạ tự nhiên là ngoi đầu lên để thở. Và hắn bơi. Ngay lúc ấy, hắn biết muốn chết cũng không dễ. Rồi hắn bơi vào bờ.

Nước lạnh làm hắn tỉnh táo. Hắn quay lại đi bộ về nhà. Giữa đường, một nhóm người gầm ghè hỏi hắn đi đâu? Hắn nói tôi đi chết. Họ nhìn bộ quần áo ướt của hắn, nói chết cũng phải nộp phạt. Hắn bảo nếu muốn cứ lột da hắn. Họ để cho hắn đi.

Về nhà không nói không rằng, mặc cho vợ hỏi han. Hắn lấy chai rượu trắng ra uống.

Tịnh khẩu là ẩn chứa một âm mưu, cũng có thể là ngậm một khối căm hờn trong cũi sắt của hổ nhớ rừng.

Hắn lăn ra ngủ giữa nhà.

Ngủ là một giải thoát ngắn hạn. Chết là giải thoát vĩnh viễn. Chết là chân lý và chết là cùng tận. Phúc thay cho kẻ nào biết khao khát cái chết, vì họ sẽ được sống nhẹ nhàng.

13.

Thành phố giới nghiêm từ 18 giờ đến 6 giờ sáng hôm sau. Thành phố được an nghỉ nhưng sự lo lắng của con người càng ngày càng trở nên xao xuyến bất an. Số ca nhiễm mới và số người chết không ngừng tăng mỗi ngày. Những kẻ hấp hối không tìm được xe cứu thương. Bệnh viện không chỗ nằm. Con người chết đơn độc, không đám tang, không bạn hữu. Lò hỏa thiêu cũng quá tải.

Không ai biết ngày mai sẽ ra sao. Lương thực càng lúc càng khó kiếm.

Bản thân hắn cũng không thể ra đường kiếm ăn được nữa. Hằng ngày, hắn bắc ghế ra cửa ngồi nhìn con hẻm hiu hắt. Hắn không biết những người hàng xóm nghèo của hắn sẽ sống làm sao. Hắn cũng không biết nếu tiếp tục phong tỏa, giới nghiêm thêm một tháng nữa, gia đình hắn sẽ sống ra sao.

Trong sự hoảng loạn của toàn xã hội, hắn chửi tục

suốt ngày. Địt mẹ chúng mày. Bùm. Bùm.

Việc vĩ đại nhất con người cần làm là giải thoát khỏi kiếp người.

Trừ vợ, hắn muốn bùm hết. Nhưng đó không phải là việc của hắn. Giác tha là việc của Phật. Hắn muốn con người tự giác, tự bùm. Hắn bảo, con người cần phải biết tự thanh lọc.

Ngày nào hắn cũng tự sát. Ít thì vài lần. Nhiều thì bất cứ lúc nào cũng bùm. Hứng cũng bùm. Chán chường cũng bùm. Tự sát là một cách sống hoàn hảo nhất. Tuy nói thế, hắn vẫn biết sự tởm lợm nhất của con người là nói một đằng làm một nẻo. Vì thế, hắn càng cảm thấy mình đáng ghét. Bùm. Bùm. Cho chết con mẹ mày đi.

Hắn không chết được. Cuộc sống càng đáng chán. Hàng xóm hắn đã có những người không còn gì để ăn. Họ treo tấm bảng trước cửa "chúng tôi đói". Và họ được bà con chung quanh chia sẻ, cũng như được các nhóm từ thiện cứu trợ lương thực. Hắn nhìn thấy sự lay lắt và cả cái chực chờ bùng vỡ.

Hắn cảm thấy bị hối thúc bởi một điều gì không rõ. Không biết quay về hướng nào. Không biết phải làm gì, nhưng bồn chồn sốt ruột. Hắn lại gào lên, địt mẹ chúng mày.

Thế giới thối tha. Chúng mày không tởm lợm à. Hay chúng mày tiến hóa từ loài ruồi. Thì cũng kệ mẹ chúng mày, dẫu chúng mày có thành bướm. Chúng mày có là Trang Chu hay Lão tử thì thế giới này cũng chỉ toàn cứt.

Những cơn mưa mang hơi lạnh giữa mùa hè làm không khí chìm xuống u ám. Dù sao, cơn điên ngoài kia cũng đang được xoa dịu. Không khóc cho ngày mai.

Cuộc sống đẩy con người thành những kẻ lỡ đường mãi mãi.

14.

Shipper là một trong số ít người được quyền ra đường. Hắn đăng ký xin làm shipper cho một siêu thị cùng quận. Dẫu biết đây là một nghề nguy hiểm do phải tiếp xúc nhiều đối tượng khác nhau, mà bất cứ ai cũng có thể là một nguồn lây, nhưng cũng chẳng còn cách nào khác để tồn tại.

Sống là một thứ chẳng đặng đừng. Và chết cũng là một thứ chẳng đặng đừng khác. Bùm. Bùm. Hắn chĩa ngón tay dọc theo con đường. Địt mẹ chúng mày. Tới đâu thì tới. Cơm áo cũng không khác gì tráng sĩ. Vì mình hay vì kẻ khác cũng không cao cả gì hơn nhau. Chiến thôi.

Rong ruổi ngoài đường bằng xe gắn máy đi giao hàng cũng thú vị như thả bộ khắp các phố phường thời bán vé số. Thoải mái với mưa nắng. Mùa dịch đường vắng, cuộc đời như thênh thang hơn. Vừa đi vừa chửi cho gió bay. Hiệu ứng cánh bướm hay cánh chuồn thì kệ bố chúng nó. Ai có tai thì nghe. Ai điếc thì câm. Không nghe không cảm cũng không chết thằng tây nào. Mọi thứ triết lý đều rẻ tiền. Chỉ có cơm áo là mắc mỏ.

Luật công bằng trong đời là luật của kẻ cướp. Thỉnh thoảng, hắn bị công an chặn khám xét. Siêu thị giao gì chở nấy, hắn đâu cần biết thứ gì thiết yếu hay không thiết yếu. Sự thiếu hiểu biết này là lý do hắn bị công an phạt, nồi cơm điện không phải là lương thực thiết yếu. Hai triệu đóng tiền ngu và còn bị đòi giam xe. Không có xe thì chết đói. Cũng không lấy đâu ra hai triệu đóng phạt. Hắn đành lòng nói, các anh cầm đỡ cái nồi và mấy túi hàng này, xin tha cho em.

Lần ấy, ơn đảng và nhà nước, hắn được tha.

Nhà nước ra lệnh shipper phải có giấy chứng nhận xét nghiệm âm tính. Cứ ba ngày một lần, hắn lại phải đi test covid để lấy giấy thông hành như một thứ tiền mãi lộ. Coi như ngày nào cũng bị cướp mất mấy chục tiền công. Chặc lưỡi thôi.

Làm shipper được hơn một tháng, hắn bị phạt hai lần mất toi năm triệu. Không đóng thì bị tịch thu xe.

Tuy thế, vẫn còn thoi thóp được. Đột nhiên, nhà nước ra lệnh nhà nào ở yên trong nhà đó, shipper cũng bị cấm ra đường. Thế là ngồi ngáp. Ngáp cũng không có ruồi.

Quân đội mặc áo chống đạn, đeo súng vào thành phố chống covid.

Hắn nói, con covid cắn mọi nẻo đường và đẻ ra những hàng rào kẽm gai. Con covid cắn chúng mày làm ung nhọt mọi khoảng trống. Con covid cắn vào khoảng trống và lấp đầy bằng những người đeo băng đỏ. Con covid loăng quăng cắn vào đất tạo ra những vùng đỏ vùng xanh. Con covid cắn vào vùng xanh tạo ra những nhà tù. Con covid cắn vào vùng đỏ làm ra những thây ma. Con covid la cà lây nhiễm sự bất nhất. Con covid thân mật. Sao chúng mày lại hoang mang?

Thế mày có hoang mang không? Mày lấy gì bỏ vào họng cho khỏi chết? Sao mày không đi cướp kho thóc? Làm sao cướp, bộ mày không biết sợ súng? Tất nhiên, súng thì tao sợ. Biết sợ thì được rồi. Cứ yên tâm, sẽ không ai bị bỏ lại phía sau. Địt mẹ thằng nào nói đó. Tao đang đói. Tao cũng thèm rượu. Quân bay đâu? Mỹ nữ đâu? Chúng mày đi đâu hết rồi?

Thế giới im vắng. Cơn mưa chiều ảm đạm. Người chết bên đường.

Bọn chúng đến ngoáy mũi từng người truy lùng con covid. Con covid cười sằng sặc. Thần chết cũng cười đểu giả. Chúng nó làm trò mèo.

15.

Hắn chờ chết.

Con người từ từ biến thành F0, F1, F2... theo tình trạng lây nhiễm càng ngày càng lan rộng.

Chết và chờ chết.

Phong tỏa đã là một cái chết khác. Bị tước đoạt tất cả mọi quyền sống.

Không có bất cứ triệu chứng gì cho đến khi người đàn bà cảm thấy không thở được, hắn không biết phải làm sao. Cảm thấy lờ mờ người đàn bà sẽ chết, hắn kêu cứu hàng xóm. Hàng xóm cũng không biết phải làm gì, bởi mọi lối đi đã bị giăng dây kẽm gai. Họ kêu xe cấp cứu. Không ai trả lời. Và chỉ sau hai ngày, người đàn bà chết. Chính quyền địa phương đến mang xác đi và phun khử khuẩn. Không đám ma. Không quan tài. Không hương khói. Không cúng kiếng. Không ai thăm viếng. Cả xóm được xét nghiệm. Vài chục người bị hốt đi cách ly, trong đó có hắn và bà mẹ vợ.

Cũng chả sao, hắn nghĩ ít nhất được nuôi nửa tháng. Sống được ngày nào hay ngày đó. Cầu tiêu dơ dáy thối tha không phải là vấn đề. Vấn đề là có cái để ỉa.

Chỉ vài ngày sau, hắn nghe tin bà mẹ vợ cũng đã chết đâu đó.

Không có rượu để uống giải sầu. Cũng không thể nằm ca vọng cổ hay nói năng lung tung cho đỡ buồn. Chẳng có gì phải quan tâm. Nhịn đói đã quen. Thiếu chút cũng không chết được. Hắn tự nguyện quét dọn vệ sinh căn phòng chung cho mọi người và cả suốt dãy hành lang. Cũng chỉ để khỏi ngứa mắt. Chẳng sợ gì bệnh tật, chết sống, vì thế hắn phụ giúp cho bất cứ ai cần.

Lòng hắn trống không. Sống thừa.

Nhưng sống vì người khác liệu có phải là hợp lý hay cao cả gì đó? Hắn không biết. Những gì hắn đang làm cho người khác, đơn giản vì hắn thấy có thể làm, cũng là cách để hắn tiêu pha thời gian.

Hết thời hạn cách ly, hắn xin ở lại để phục vụ mọi người. Dẫu sao, ít nhất hắn cũng kiếm được một ngày hai bữa ăn. Về nhà, hắn biết làm gì sống?

Chưa bao giờ phải bận tâm đến miếng ăn đến thế, hắn mất hết tự tin.

Dịch bệnh cũng đến lúc hạ nhiệt. Từng khu cách ly được giải phóng, các bệnh viện dã chiến cũng đóng cửa.

Chẳng còn cách nào khác, hắn buộc phải về nhà.

Không chỉ đối đầu với sự trống trải trong căn nhà bỗng nhiên xa lạ, mà hắn còn phải chống trả với cái bụng trống rỗng của mình. Về quê như mọi người? Hắn làm gì có quê. Cũng may, hắn còn có chỗ chui ra chui vào. Quê hương là gì cũng mặc mẹ mày.

Hắn muốn chết. Nằm sống soài giữa nhà, cuộc tử nạn của con người cũng không khác gì sâu bọ, hắn ước ao được chìm xuống. Nhưng cái bụng trống rỗng cồn cào, hắn lồm cồm bò khắp phòng. Tao là một con chó.

Con chó thì cũng cần phải sủa cho trời đất biết mình là chó. Hắn qua nhà hàng xóm mượn một gói mì. Người hàng xóm đưa cho hắn hai gói và nói, ăn đỡ đi. Rồi bảo, ngày mai theo tôi ra chợ phụ khuân đồ. Hắn gật đầu.

11/2021

CỦA CHÚA VÀ MA QUỈ

"...Đức Chúa Trời phán: "Chúng Ta hãy tạo nên loài người theo hình ảnh Chúng Ta và giống như Chúng Ta, để quản trị loài cá biển, loài chim trời, loài gia súc, và khắp cả đất, cùng mọi loài bò sát trên mặt đất." Đức Chúa Trời sáng tạo loài người theo hình ảnh Ngài. Ngài sáng tạo loài người theo hình ảnh Đức Chúa Trời. Ngài sáng tạo người nam và người nữ. Đức Chúa Trời ban phước cho loài người và phán: "Hãy sinh sản, gia tăng gấp bội và làm cho đầy dẫy đất; hãy làm cho đất phục tùng, hãy quản trị loài cá dưới biển, loài chim trên trời và mọi loài bò sát trên mặt đất."

Đức Chúa Trời lại phán: "Này, Ta sẽ ban cho các con mọi thứ cỏ kết hạt mọc khắp mặt đất, cùng mọi loài cây trái có hạt. Đó sẽ là thức ăn cho các con. Còn các loài thú rừng, loài chim trên trời, loài vật bò sát trên mặt đất, và bất cứ loài nào có sự sống thì Ta ban mọi thứ cỏ xanh dùng làm thức ăn," thì có như vậy. Đức Chúa Trời thấy mọi việc Ngài đã tạo dựng thật rất tốt đẹp. Vậy, có buổi tối và buổi sáng. Đó là ngày thứ sáu.

(Sáng Thế Ký, chương 1)

Chỉ là một ngày bình thường. Khi sự trống rỗng và buồn chán dường như đã không thể chịu đựng nổi, ta không thể chết như thế này. Sự bình lặng trở nên kinh khủng. Khởi nguyên của vũ trụ là ước muốn từ trong sâu thẳm của Chúa và Chúa là ước muốn của hằng hữu. Ta bước đi hay an nghỉ, cũng chỉ là một hình thái. Ta hành động hay không làm gì cũng chỉ là một động thái. Nhưng ta là sáng tạo và không thể không sáng tạo. Và ta cũng là hủy diệt và không thể không hủy diệt. Bởi thế, ta nhìn vào trong lòng mình và ta biết ta không thể mất đi cho dù ta có vong thân đến đâu vào những phù phiếm của nhân sinh. Chúa đã đến và Chúa đã chết. Con người được giao phó để tiếp tục sinh mệnh của Chúa theo cách của con người.

TỐT. NGÀY QUỈ ÁM

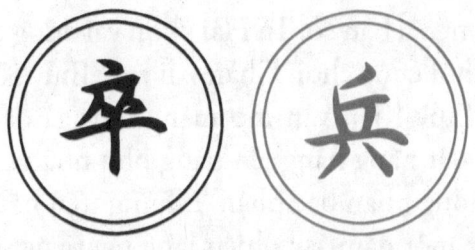

    Đó là ngày của tốt thí. Ngày của binh lính và cũng là ngày của nhân dân. Ngày của anh hùng và liệt sĩ. Ta ngồi gọt đẽo những con người theo hình tượng của Chúa, mâu thuẫn và thống nhất. Bởi có mâu thuẫn nên có chiến tuyến, chính nghĩa và phi nghĩa. Bởi có thống nhất nên có cùng bản chất, khát máu và hận thù. Năm quân đen dàn hàng ngang phía bên này bờ sông chia cắt. Năm quân đỏ cũng dàn hàng ngang phía bên kia bờ sông lịch sử. Họ gườm nhau và cùng cất lời thề tiêu diệt nhau.

Khi vào hàng ngũ, họ mất danh tính và không còn là một con người. Sự hận thù trở thành lý tưởng. Họ cùng một khuôn đúc, ta bôi xóa nhân thân họ. Ta giết cha mẹ họ. Ta giết người yêu của họ. Và ta bảo họ, hãy tiến lên, tương lai thuộc về chúng ta, hạnh phúc và vinh quang là của chúng ta.

Ngày của tận tụy và hy sinh. Vòng nguyệt quế và những khúc tráng ca hào phóng, quân tốt hiên ngang ra chiến trường. Xung phong và quyết tử cho tổ quốc quyết sinh. Tốt nào cũng là tốt, tốt đen thì anh dũng, tốt đỏ thì oai hùng. Xưa, da ngựa bọc thây. Giờ, người về huy chương đắp mộ.

Bên ngoài bàn cờ, Từ Hải vươn vai đứng dậy. Chàng bước ra khỏi cuộc chơi. Chàng đi tìm Thúy Kiều. Trong kỹ viện, Thúy Kiều vẫn mơ màng một gã đầu đội trời, chân đạp đất nâng nàng lên hàng phu nhân cao quý, trả thù cho hồng nhan bạc phận. Nhưng trên hết, nàng vẫn khao khát một đắm say phiêu lãng mà tiếng đàn phải là khúc ca dâng hiến cho một tình yêu thanh khiết trên tầng ngưỡng vọng. Và Từ Hải đến như kẻ vô cương tỏa và dâng tặng nàng tự do. Kẻ phá vỡ mọi trật tự, khuôn phép. Kẻ từ chối làm tốt thí. Từ Hải là kẻ giải phóng và là giải phóng. Thúy Kiều là tình yêu và là tình nhân của tự do. Vì thế, cuộc tình Từ Hải – Thúy Kiều đẩy phong kiến vào bóng tối và mở ra một diễn ngôn mới về tình yêu, tiểu thuyết ngôn tình kinh điển. Giải phóng thân xác và tuyên ngôn tự do.

Nhưng chính trị một lần nữa vùi dập con người

trong bi kịch lịch sử bởi chính trị là thống soái và là khát vọng thống soái. Từ Hải chết đứng vì ngộ nhận niềm tin và Thúy Kiều trầm mình xuống sông Tiền Đường rửa mình thoát thai.

Ở một nơi hỗn mang khác, nông dân Hồ Nhạc cùng đám anh em mình cũng nổi dậy hất đổ bàn cờ, bày lại cuộc chơi man dã. Họ tập hợp những kẻ bất mãn, đánh chiếm các quan phủ và cướp bóc của những người giàu có quanh vùng chia cho người yếu thế. Bọn du thủ du thực cũng như các hào kiệt nể phục anh em Hồ Nhạc có nghĩa khí nên rủ nhau nổi dậy với anh em Nhạc càng ngày càng đông. Quan quân triều đình bó tay nhìn họ làm loạn, chặt tay chặt chân bọn vô lại.

Trong số anh em Nhạc, Hồ Huệ là người khác thường. Anh ta nhìn thấy cái đám hổ lốn hỗn quân hỗn quan này sớm muộn cũng tan rã nếu không có một người biết cách làm thủ lĩnh, biết điều binh khiển tướng và qui phục lòng người. Hồ Huệ biết mình chính là người ấy và Hồ Huệ cũng biết bọn hung hăng ô hợp kia chỉ là bầy đàn mù lòa ruồi bu kiến đậu và chúng cần một người dẫn đường. Hơn ai hết, Hồ Huệ cũng biết một chiến binh là gì và cách để chiến binh ấy xông vào chỗ chết như những kẻ bất tử.

Chẳng phải Cain đã giết em mình là Abel như một định mệnh nghiệt ngã để khởi đầu cho lịch sử loài người vốn phải thế, giết hại người khác để tồn tại.

Sinh ra ở đâu thì thuộc về phe của nơi ấy. Chẳng những thế, để tồn tại, con người còn buộc phải bày tỏ lòng trung thành với nơi mình sinh ra và tuân phục kẻ chăn dắt mình.

Phần ta, ta đã là kẻ đào ngũ. Ngồi lại bên đường, ta thổi sáo cho mây trời bay đi và cho những hoài niệm của ta về ngày tháng đã qua, những bất bình chất chứa nảy sinh âm mưu nổi loạn. Ta trở thành một loại chiến binh khác, chiến đấu cho một khát vọng khác của chính ta. Ý nghĩa của ta. Sự tồn tại của ta. Lịch sử của ta. Nhưng dù vẫy vùng đến đâu, ta vẫn chỉ thuộc về đám đông, mịt mù trong thời gian.

Chiến tranh, dù cổ điển hay hiện đại, bộ binh vẫn là nhân tố chính. Chiến tranh nhân dân theo kiểu Mao Trạch Đông với chiến thuật biển người thì con người chỉ là một cơn gió bụi. Đau thương và chết chóc với từng người lính, với từng người mẹ, từng người vợ hay những đứa con đều vô nghĩa. Lý tưởng mới là điều cao cả đáng nói. Nhưng trong cơn mê của chiến tranh, người lính hay nhân dân đã không không nhận biết được lý tưởng của mình thật ra đã bị đánh tráo bởi tham vọng của các nhà chính trị.

Ta đã bao lần bỏ xác trên chiến trường. Giờ đây, linh hồn ta muốn an nghỉ. Làm thế nào ta có thể thoát được số phận lót đường cho lịch sử, cho tham vọng của những kẻ muốn làm lịch sử?

Ta nằm đây, dưới những gốc cây tràm này cùng với bao nhiêu đồng đội, cũng như ta, đã từng hô xung phong bắn xối xả vào đối phương, đã từng thẳng cánh đâm lưỡi lê vào ngực kẻ địch, đã từng hết sức ném bao quả lựu đạn vào quân thù. Và kẻ thù, họ cũng làm thế với ta và đồng đội ta. Rễ cây len lỏi vào thân xác ta và ta theo ngọn cây vươn lên khỏi mặt đất, ta làm cho mặt đất này xanh tươi. Ta sống hay ta chết liệu có ý nghĩa gì. Những kẻ xây đắp vinh quang trên máu xương ta liệu có ý nghĩa gì, khi họ cũng chết. Trên ngọn đồi thương tiếc này, những chiến binh đã nằm xuống trong lãng quên. Cả bức tượng ta ngồi gác súng an nghỉ, cũng đã lạc mất đâu đó. Bên này hay bên kia của cuộc cờ, vô danh hay nổi tiếng, người lính cũng chỉ là quân cờ. Và cho dù có chết đi, họ vẫn phải tiếp tục làm quân cờ.

Kissinger hỏi Lê Đức Thọ, làm thế nào mà các ông, một nước nhỏ, có thể chiến thắng được chúng tôi, một cường quốc mạnh nhất thế giới?

Lê Đức Thọ nói, chúng tôi trang bị cho quân đội của mình một thứ vũ khí tối thượng mà Mỹ không thể có được.

Kissinger hỏi, đó là thứ gì?

Lê Đức Thọ không nhìn vào nhân dân Mỹ, không nhìn vào mặt Kissinger, ông ta nhìn vào xa xăm của lịch sử nói từ tốn, lòng căm thù.

Sau nhiều năm, tại đài tưởng niệm chiến tranh Việt Nam ở Washington D.C., một du khách Việt Nam đứng chụp hình với hai ngón tay chĩa thẳng như khẩu súng lục bắn vào bức tượng ba người lính Mỹ, chiến tranh không bao giờ kết thúc.

Linh hồn ta không bao giờ an nghỉ. Những người

phụ nữ tiếp tục sinh đẻ và những người lính tiếp tục được ném vào chiến trường. Có phải vì ta căm thù đời sống này, có phải vì ta yêu thương cuộc sống này? Ta đã đứng dậy từ đổ nát và ta đi tàn phá.

TƯỚNG. NGÀY CHÚA CHỌN

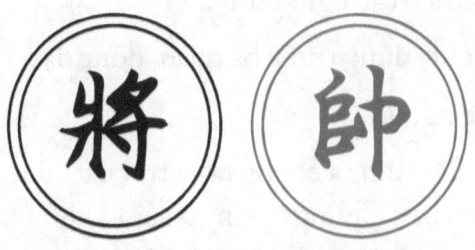

Chúa đã chọn Abraham để dẫn dắt dân người bởi lòng trung thành của ông đối với Thượng đế. Và Chúa cũng đã hứa: *"Từ chỗ con đang đứng, hãy ngước mắt lên nhìn khắp bốn phương, đông, tây, nam, bắc. Tất cả vùng đất mà con thấy, Ta sẽ ban cho con và cho dòng dõi con đời đời. Ta sẽ làm cho dòng dõi con đông như bụi trên đất; nếu ai đếm được bụi trên đất thì cũng đếm được dòng dõi của con. Nào, hãy đi khắp chiều dài, chiều ngang của vùng đất, vì Ta sẽ ban đất ấy cho con."* (Sáng Thế Ký, chương 13)

Đã có quân thì phải có tướng, ta đéo gọt ngươi theo khát vọng của ta. Và bởi thế giới này là cuộc phân tranh giữa cái ác và cái thiện, giữa cái thiện với cái thiện, giữa cái ác với cái ác…vì thế ta cũng tạo nên các vị tướng đen và đỏ cho sự phân tranh muôn thuở của loài người.

Và cho sự phân tranh trong lòng ta, dấn thân hay thoát vòng tục lụy, ta thắp một nén nhang cho linh hồn ta. Cho sự sa đọa của ta. Cho nỗi niềm khôn khuây của ta với nhân gian. Ta bày ra cuộc cờ này có phải vì sự thất bại của ta với im vắng của cái chết và tiếng nói của sự sống?

Dẫu sao, chiêng trống đã bắt đầu, ta phải đưa chân liều mình theo các ngươi thôi.

Hồ Huệ đứng trước ba quân, dõng dạc:

"Các ngươi,

Trời đất sinh ra chúng ta và trời đất cũng cho chúng ta giang sơn này. Chúng ta sống ở đây và không ai có quyền tước đoạt của chúng ta nhà cửa, vườn tược và bầy gia súc. Vì thế, ta đến đây để bảo vệ các ngươi chống lại bọn quan quân ăn cướp công sức của chúng ta. Ta sẽ đòi lại cho các ngươi tất cả mồ hôi nước mắt mà chúng ta đã đổ xuống để làm trù phú đất đai này. Và ta cũng sẽ cho các ngươi được thấy vinh quang và phẩm giá của mình, nhà cửa các ngươi sẽ to hơn, vườn tược ruộng đồng của các ngươi sẽ rộng hơn, bầy gia súc của các ngươi sẽ nhiều hơn.

Những gì ta có, các ngươi cũng sẽ có.

Hãy cùng ta chiến đấu."

Tiếng reo hò dậy đất. Lòng người rực lửa đốt phá.

Từ đó, Hồ Huệ chăm lo luyện tập binh mã theo một qui củ mới, chiến thuật mới mà lòng căm thù sẽ là vũ khí bất khả chiến bại. Những vụ đánh cướp của loạn quân Hồ Huệ ngày càng mở rộng, vừa tìm kiếm lương thảo vừa bổ sung binh lực.

Nguồn lực vô tận của chiến tranh muôn đời vẫn là nhân dân. Hồ Huệ cho thuộc hạ đếm nóc nhà để bắt lính và tận thu lương thực. Sư sãi cũng không tha.

Bản thân Huệ cũng tu chỉnh lại mình, tự tạo cốt cách anh hùng.

Để củng cố quyền thống lĩnh, cuộc tương tàn giữa anh em Hồ Huệ được giải quyết nhanh chóng. Toàn bộ binh tướng của ông anh cả Hồ Nhạc bị quân của ông em Hồ Huệ vây hãm trong thành Qui Nhơn. Chỉ trong một đêm, hàng vạn đám binh tướng ấy bị giết sạch. Nước mắt của người anh không ngăn được tham vọng quyền bính của người em.

Sức mạnh xác định tính chính danh, Hồ Huệ không còn là giặc. Chính nghĩa của nông dân là đất. Hồ Huệ kéo quân xuôi xuống Nam và chiếm hết vùng đất màu mỡ này. Thừa thắng xông lên, Hồ Huệ mang quân ngược lên phía Bắc buộc vua quan triều đình phải hàng phục.

Từ Hải nói với bằng hữu thân tín:

"Chúng ta không thể ẩn nhẫn mãi trong cái xóm chài này để cho bọn quan quân tác yêu tác quái. Chi bằng, hãy một phen vùng vẫy cho thỏa chí nam nhi. Trượng phu tiếc gì khố rách áo ôm mà giữ mãi thân phận trâu ngựa."

Đám bạn nhậu cùng nâng ly:

"Chí phải. Không thành danh cũng thành nhân. Chúng ta cùng hát bài ca tráng sĩ."

Kẻ nào không ngông cuồng kẻ ấy không xứng đáng đứng dưới ánh mặt trời.

Chia tay bằng hữu, còn lại một mình, Từ Hải nghĩ, ta sẽ vẫy vùng kiểu gì? Chẳng phải ta cũng sẽ đi ăn cướp như bọn quan quân kia không?

Ta biết nói gì với các ngươi, khi lịch sử đặt vào tay các ngươi như những kẻ được chọn và bảo các ngươi, hãy làm đi. Ta không phán xét các ngươi vì sự sống được sinh ra từ cái chết. Hạnh phúc và đau khổ chỉ là một thực tại.

Hôm sau, Từ Hải triệu tập tất cả bằng hữu và thuộc hạ trên bãi cát, tuyên bố:

"Các anh em của ta,

Ta đã nhìn thấy ngôi sao trên trời chiếu rọi và ta nhận mệnh trời để thi hành sứ mạng của mình, ấy là đưa anh em đến nơi giàu sang và vinh hiển.

Hôm nay, ta đứng trước anh em để xác lập quyền thống soái của Từ Hải ta như sau: Từ chỗ này, một trăm dặm về phía đông, một trăm dặm về phía tây, một trăm dặm về phía bắc, một trăm dặm về phía nam là lãnh địa của Từ Hải và do Từ Hải cai quản. Các bạn hãy đến từng nhà cho họ biết điều ấy và yêu cầu họ nộp thuế cho Từ Hải. Bất cứ kẻ nào từ chối yêu cầu của các bạn, thì các bạn cứ nhân danh Từ Hải mà chặt tay họ.

Của cải mà các bạn thu được sẽ được chia đều cho các bạn.

Các bạn theo Từ Hải thì các bạn được sống, kẻ nào chống lại Từ Hải kẻ ấy phải chết.

Các bạn nghe rõ không?"

"Hạnh phúc thay quốc gia được Chúa làm chúa tể, hạnh phúc thay dân nào Người chọn làm gia nghiệp."
(Thánh vịnh 33)

Ta đã đến và mang đến cho các ngươi mọi điều các ngươi mơ ước. Ta giải phóng các ngươi khỏi sự ươn hèn bạc nhược. Vì ta là khát vọng, sẽ không có giới hạn nào ràng buộc được các ngươi.

SĨ. NGÀY ĐỊNH PHẬN

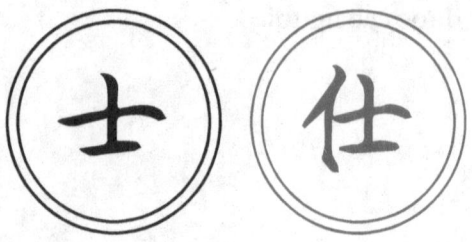

Ta dùi mài kinh sử. Ta đọc sách thánh hiền. Và ta ngẫm nghĩ.

Công danh là gì. Tại sao ta phải theo đuổi công danh. Ta muốn hơn người hay ta cũng chỉ vì cơm áo gạo tiền. Ta muốn được sung sướng. Ta muốn được hiển vinh. Công danh định hình ta và trói buộc ta vào cõi đa đoan của trần thế. Công danh dẫn dắt ta ra chiến trường. Công danh là ý nghĩa là niềm vui của ta. Và định phận của ta là đi tìm minh chúa. Và ý thức của ta là phục vụ.

Từ Nguyễn Du đến Nguyễn Công Trứ, từ Nguyễn Trãi đến Ngô Thời Nhậm, ta vì đại nghĩa hay vì minh quân cũng chỉ là nô tài của danh phận người đọc sách. Và bi kịch của ta cũng là bi kịch của thời thế. Đặng Trần Thường hay Ngô Thời Nhậm cũng chỉ là Sĩ Đen hay Sĩ Đỏ trong cuộc cờ lịch sử. Thắng thua là cơ may hay vận rủi, ta đâu biết. Thần thánh trên trời đã hỗn mang từ thuở hồng hoang, chính tà chỉ là giai đoạn.

Cận quân vương và xa nhân tình, ta mắc nghẹn bởi bổng lộc triều đình. Ta thượng đội hạ đạp. Ta nịnh thần gian xảo. Ta lấy xương máu nhân dân làm lễ tiến dâng vua chúa. Ta tiến thân bằng cách cướp công của kẻ hèn mọn.

"Có lời Đức Chúa phán với tôi rằng:

"Trước khi cho ngươi thành hình trong dạ mẹ, Ta đã biết ngươi; trước khi ngươi lọt lòng mẹ, Ta đã thánh hóa ngươi, Ta đặt ngươi làm ngôn sứ cho chư dân."

Nhưng tôi thưa: "Ôi! Lạy Đức Chúa là Chúa Thượng, con đây còn quá trẻ, con không biết ăn nói!"

Đức Chúa phán với tôi: "Đừng nói ngươi còn trẻ! Ta sai ngươi đi đâu, ngươi cứ đi; Ta truyền cho ngươi nói gì, ngươi cứ nói. Đừng sợ chúng, vì Ta ở với ngươi để giải thoát ngươi."

Rồi Đức Chúa giơ tay chạm vào miệng tôi và phán:

"Đây Ta đặt lời Ta vào miệng ngươi. Coi, hôm nay Ta đặt ngươi đứng đầu các dân các nước, để nhổ, để lật, để hủy, để phá, để xây, để trồng."

(Sách Ngôn sứ Giê-rê-mi-a)

Ta đã rong ruổi đi tìm chân lý và chẳng phải ta đã phung phí đời ta như một tận hiến cho minh chúa sao. Nhưng ta đã biết gì về minh chúa. Ta đã hiểu gì về thiên ý và mưu mô của ma quỉ. Ta đã liều mình đưa chân vào vô định. Ta cược đời ta vào canh bạc của nhân sinh.

Khi Hồ Huệ mang quân ra Bắc, bị choáng ngợp bởi khí chất anh hùng và uy lực của một người có thể làm thay đổi thời thế, Ngô Thời Nhậm buông bỏ đám vua quan bạc nhược mà vận hạn đã suy tàn, đi theo minh chủ Hồ Huệ.

Kẻ sĩ đã thức tỉnh.

Nguyễn Du cũng muốn đi theo Hồ Huệ để tiếp nối giấc mơ dang dở của Từ Hải, nhưng chàng không thể bỏ lại Vương Thúy Kiều cho xa vắng. Kỹ viện vẫn mở cửa và giai nhân vẫn lả lơi với gió trăng. Nguyễn Du an phận thư lại để rồi lơ láo trước những biến động lịch sử.

Nguyễn Thiếp chọn cách từ quan về ẩn thân ở núi Thiên Nhẫn, tu đạo thánh hiền, vượt lên khỏi cái phân tranh tàn bạo, nhưng binh đao không chỉ có trong lòng người mà binh đao còn là chuyện của Chúa và ma quỉ. Nguyễn Thiếp vẫn phải dấn thân cùng Hồ Huệ tính đường tiến thoái.

Ta lưỡng nan cùng số phận. Con đường giải thoát thì mơ hồ không tưởng. Con đường công danh thì bấp bênh phù phiếm. Ta biết về đâu giữa đất trời mù mịt.

"Không ai có thể làm tôi hai chủ, vì hoặc sẽ ghét chủ này mà yêu chủ kia, hoặc sẽ gắn bó với chủ này mà khinh dể

chủ nọ. Anh em không thể vừa làm tôi Thiên Chúa vừa làm tôi tiền của được.

Vì vậy Thầy bảo cho anh em biết, đừng lo cho mạng sống: lấy gì mà ăn; cũng đừng lo cho thân thể: lấy gì mà mặc. Mạng sống chẳng trọng hơn của ăn, và thân thể chẳng trọng hơn áo mặc sao? Hãy xem chim trời: chúng không gieo, không gặt, không thu tích vào kho; thế mà Cha anh em trên trời vẫn nuôi chúng. Anh em lại chẳng quí giá hơn chúng sao? Hỏi có ai trong anh em có thể nhờ lo lắng mà kéo dài đời mình thêm được dù chỉ một gang không? Còn về áo mặc cũng thế, lo lắng làm gì? Hãy ngắm xem hoa huệ ngoài đồng mọc lên thế nào mà rút ra bài học: chúng không làm lụng, không kéo sợi; thế mà, Thầy bảo cho anh em biết: ngay cả vua Salomon, dù vinh hoa tột bậc, cũng không mặc đẹp bằng một bông hoa ấy.

... Vậy, anh em đừng lo lắng về ngày mai: ngày mai, cứ để ngày mai lo. Ngày nào có cái khổ của ngày ấy."

(Mt 6:24-34)

Nhưng ta là gì.

Cơn mưa ban chiều có thể vùi dập ta trong nỗi hoang mang về tình yêu người. Ngọn nắng ban mai có thể cho ta chút hi vọng về cuộc đời này. Nhưng dù thế nào, quan hay quân, ta vẫn phải lo toan cơm áo gạo tiền. Và ta vẫn không ngừng truy vấn về sự hiện hữu của ta, nguyên ủy và cùng đích.

Và ta sống để làm gì. Nhưng liệu ta có thể tự quyết định đời mình.

Khi Hồ Huệ cho phát thẻ căn cước gọi là "Thiên hạ đại tín" để kiểm soát người dân và bắt lính phục vụ chiến tranh cách mạng, thì ta là ai trong số hàng vạn người đã chết oan uổng trong những cuộc can qua ấy.

Cuộc phế hưng của các triều đại lần lượt trôi theo dòng thời gian, ta nằm dưới mộ cỏ ngàn đời hiu hắt. Và ta ngậm ngùi cho thân phận bèo bọt của con người. Và ta đau đớn cho nỗi khốn khổ không cùng mà con người phải gánh chịu.

Tiếng nói của ta làm sao át được tiếng bom rơi đạn nổ. Liệu ta có thể trở thành người tự do được không.

"Bấy giờ con mới thưa: Lạy Thiên Chúa, này con đây, con đến để thực thi ý Ngài."

(Dt 10:7)

Và ta phải chấp nhận cuộc cờ này như nó phải thế. Hãy mài dao cho sắc.

TƯỢNG. NGÀY SẤM SÉT

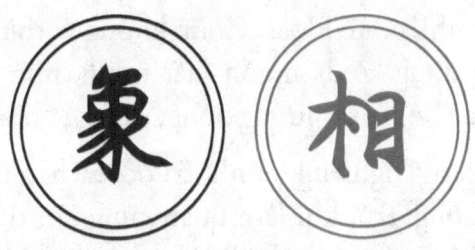

"Tháng 12 năm Giáp Thân 1284, hiệu Thiệu Bảo năm thứ 6, đời Trần Nhân Tông, đại binh Thoát Hoan tiến đánh Chi Lăng, Hưng Đạo Vương Trần Quốc Tuấn thất thế đưa quân chạy về Vạn Kiếp. Vua Trần Nhân Tông thấy thế giặc mạnh, cho mời Hưng Đạo Vương về Hải Dương mà phán rằng:

Thế giặc to như vậy, mà chống với chúng thì dân chúng bị tàn sát, nhà cửa bị phá hại, hay là trẫm sẽ chịu hàng để cứu muôn dân?

Hưng Đạo Vương tâu:

Bệ hạ nói câu ấy là nhân đức, nhưng tôn miếu xã tắc thì sao? Nếu bệ hạ muốn hàng, xin trước hết hãy chém đầu thần đi đã, rồi sau hãy hàng!"

(Wikipedia)

Đạo làm tướng, không hèn với giặc, không ác với dân. Nhưng nhất tướng công thành, vạn cốt khô. Phẩm chất con người và nghĩa vụ công dân đôi khi như nước với lửa.

Ta nể phục tài năng của tể tướng Quản Trọng bao nhiêu thì ta cũng quí trọng cách dùng người của Tề Hoàn Công bấy nhiêu. Tề Hoàn Công không vì thù riêng, mà vẫn trọng dụng kẻ đã muốn giết mình, nhờ thế Quản Trọng có cơ hội ra tay lương đống, nước Tề hùng mạnh.

Ta cũng nghiêng mình trước cách xuất xử của Nguyễn Công Trứ, khi làm quan cũng tận tụy như khi làm lính. Lên voi xuống chó là lẽ bình thường trong cái vô thường. Ta không hờn oán khi vận rủi, cũng không hãnh tiến khi gặp thời.

Ta sống đời ta. Đức nhân của người quân tử như sấm sét giữa mưa giông, ta đến để dọn đường cho ngày mai.

"Hỡi Giêrusalem, hãy cởi áo tang chế và sầu khổ của ngươi, hãy mặc lấy sự huy hoàng và vinh quang đời đời mà Chúa ban cho ngươi. Chúa sẽ mặc cho ngươi áo công lý, và đặt vương miện vĩnh cửu trên đầu ngươi. Vì chưng, Chúa sẽ tỏ bày huy hoàng của Chúa trong ngươi cho mọi kẻ trần gian. Vì Thiên Chúa sẽ đời đời gọi tên ngươi là Hòa bình trong công lý và Vinh dự trong hiếu nghĩa."

(Sách Tiên tri Barúc)

Ta thiết lập một kỷ cương mới và một giá trị mới. Sẽ không một ai trong các ngươi bị gọi là kẻ hèn mọn, vì trước mặt trời đất các ngươi được sinh ra và chết đi theo cùng một cung cách trần truồng của tuyệt đối. Cho dù các ngươi là anh em hay kẻ thù, là vua chúa hay thảo dân, đấng tuyệt đối sẽ không cho các ngươi chọn lựa sự sống hay cái chết.

Ta sẽ san phẳng mọi gập ghềnh để khi con người đến được bình an. Ta sẽ tháo bỏ mọi gông cùm xiềng xích để con người tự do. Và ta sẽ giao ước một hiện thực trên mọi hiện thực, không biên giới về tình yêu giữa con người. Ta sẽ giải phóng mọi nỗi lo sợ khỏi cuộc sống này và mang thường tại hoan lạc đến trong lòng các ngươi.

Bởi ta là rường cột của xã tắc, là giềng mối của nhân hòa, ta nâng đỡ những nỗi buồn thương của kiếp người, ta phù trợ sự khốn khó của nhân sinh, ta diệt trừ cái ác và ta tuyên dương sự công bằng trên mọi sinh linh.

XE PHÁO MÃ. NGÀY BINH ĐAO

"Chúa là chiến sĩ; danh Ngài là Chúa.

Ngài đã xô quân xa và binh sĩ của Ai Cập xuống biển sâu.

Những chiến sĩ tài giỏi nhất của vua đều bị chết đuối

ở Hồng Hải.

Nước sâu vùi lấp chúng, chúng chìm xuống biển như viên đá.

Lạy Chúa, tay phải Ngài mạnh mẽ lạ lùng.

Lạy Chúa, tay phải Ngài đánh tan kẻ thù ra từng mảnh.

Trong trận đại thắng, Ngài tiêu diệt những kẻ chống nghịch Ngài.

Cơn giận Ngài tiêu diệt chúng, như ngọn lửa hừng thiêu đốt rơm rạ.

Chỉ cần một luồng hơi thở của Ngài, nước dồn lại thành đống.

Nước chảy cuồn cuộn, dựng đứng lên như tấm vách; nước sâu trở thành cứng như đá giữa biển.

Kẻ thù chúng con khoe khoang bảo rằng, "Ta sẽ rượt theo và bắt kịp chúng.

Ta sẽ cướp các tài sản chúng; ta sẽ tha hồ chiếm đoạt.

Ta sẽ rút gươm ra, tay ta sẽ tiêu diệt chúng."

Nhưng Ngài thổi bay chúng bằng hơi thở của mình, lấy biển vùi lấp chúng.

Chúng chìm xuống như chì rơi trong biển sâu.

Lạy Chúa, có thần nào giống Ngài không?

Thật không có thần nào như Ngài.

Ngài thật thánh khiết lạ lùng, Ngài đáng ca tụng và

đáng kính sợ, Ngài làm nhiều phép lạ.

 Ngài giơ tay phải ra, thì đất nuốt các kẻ thù chúng con.

 Ngài giữ lời hứa yêu thương, dắt dân tộc Ngài đã giải cứu.

 Dùng sức mạnh dìu họ đến đất thánh Ngài."

(Sách Xuất hành 15: 3-13)

  Loài người đã trải qua các cuộc cách mạng từ săn bắt hái lượm đến nông nghiệp, qua nhiều thế kỷ loài người mới phát minh ra động cơ hơi nước mở đầu cho cuộc cách mạng công nghiệp, nhưng rất nhanh loài người đã bước vào thời kỳ của máy tính điện tử, tin học và internet mở ra khái niệm toàn cầu, các bộ tộc và các biên giới quốc gia bị xóa mờ bởi một mạng lưới thông tin bao trùm mặt đất. Tốc độ phát triển của nhân loại tiến theo gia tốc, con người đang bước vào kỷ nguyên của trí tuệ nhân tạo. Thượng đế đến gần với con người hơn. Nhưng các cuộc chiến tranh cho đến ngày nay vẫn dựa trên tinh thần dân tộc và biên cương tổ quốc.

  Lịch sử phát triển vũ khí cũng thay đổi theo sự tiến bộ của trình độ khoa học kỹ thuật. Từ cơ bắp, hòn đá, cung tên, gươm giáo... con người chế ra hỏa khí, bom đạn, các loại chất nổ... đến vũ khí hạt nhân, hóa học, vi trùng học và cả sinh học, rô bốt. Chiến tranh từ dưới đất tới trên trời. Một thứ vũ khí mới phi sát thương nhưng khủng khiếp có thể làm gục ngã đối phương ngay trên giường của mình, không chỉ trong phạm vi quốc gia với quốc gia, mà có thể khả dụng với từng cá nhân với cá nhân. Đó là vũ khí thông tin.

Thông tin không đồng nghĩa với sự thật. Thông tin không chỉ là vũ khí, mà thông tin còn là hàng hóa. Thông tin tạo ra khuynh hướng và sở thích. Con người bị nô lệ bởi chính sản phẩm của mình làm ra. Kẻ nào làm chủ được thông tin, kẻ ấy cũng làm chủ con người.

Ta đã khép lại lòng nhân ái. Giờ đây, chỉ có hận thù và danh lợi. Nhưng đôi khi ta cũng chẳng hận thù ai, ta nhân danh hòa bình để chuẩn bị chiến tranh. Ta tìm kiếm lợi ích bằng cách buôn bán xương máu con người. Ta tạo ra các cuộc chiến tranh không phải để chiến thắng, mà tạo ra chính nghĩa. Tự vệ hay xâm lăng cũng là ta. Bởi ta biết, chiến tranh là điều kiện của phát triển. Sự cao cả hay ác độc cũng bởi ta mà ra. Ta là bản chất cuộc sống.

Và đây là hiện thân của ta.

Các tập đoàn sản xuất vũ khí hàng đầu thế giới tính đến năm 2022 (tư liệu tổng hợp trên internet):

General Dynamics Corporation

Là một tập đoàn đa quốc gia hàng không và quốc phòng của Mỹ được hình thành từ các vụ sáp nhập và thoái vốn. General Dynamics chế tạo các thiết bị hàng không vũ trụ, hệ thống chiến đấu, hệ thống thông tin và hệ thống hải quân.

Sản phẩm nổi tiếng và được sản xuất nhiều nhất cho thế giới phương Tây thuộc về General Dynamics với máy bay chiến đấu F-16 Fighting Fancon.

Thành lập: 7/2/1899

Người sáng lập: John Phillip Holland.

Trụ sở chính: West Falls Church, Virginia, United States.

Doanh thu: 30,973 tỉ USD (2017)

Số nhân viên: 98.600 (2017)

Raytheon

Là một tập đoàn công nghiệp chuyên về vũ khí quân sự và thương mại điện tử. Raytheon là nhà sản xuất tên lửa dẫn đường lớn nhất thế giới. Việc kinh doanh của Raytheon được xây dựng trên nền tảng sản xuất các thiết bị riêng lẻ, không phải sản phẩm hoàn chỉnh. Với tên ban đầu là American Appliance Company, công ty này chủ yếu sản xuất đèn điện tử chân không.

Từ chiến tranh thế giới thứ hai đến nay, Raytheon là công ty lớn và thống lĩnh trong lĩnh vực sản xuất radar. Thời chiến tranh lạnh, Raytheon bắt đầu sản xuất tên lửa và trở thành một trong những nhà cung cấp tên lửa chính cho quân đội Mỹ. Từ thập niên 80 của thế kỷ trước, Raytheon đóng vai trò chủ chốt trong lĩnh vực phòng thủ tên lửa. Các sản phẩm danh tiếng của Raytheon bao gồm tên lửa Tomahawk, Sparrow và hệ thống phòng thủ Patriot.

Thành lập: 1922

Nhà sáng lập: Vannevar Bush, Laurence K. Marshall, Charles G. Smith.

Trụ sở chính: Waltham, Massachusetts, United States.

Doanh thu: 56,58 tỷ USD (2020)

Số nhân viên: 180.000 (2020)

BAE Systems

Được hình thành sau cuộc sáp nhập giữa ba công ty BAE Systems, Marconi Electronic Systems và British Aerospace vào năm 1999, BAE Systems trở thành một trong những tập đoàn sản xuất và cung cấp vũ khí lớn nhất thế giới. Các sản phẩm chính của BAE Systems gồm chiến đấu cơ Eurofighter Typhoon và F-35, xe chiến đấu bộ binh Bradley, xe tăng Challenger 2 cũng như nhiều vũ khí mặt đất khác. Ngoài ra, BAE Systems cũng cung cấp các tàu chiến cho Hải quân Hoàng gia Anh như tàu tấn công hạt nhân lớp Astute, tàu khu trục Type 45, tàu sân bay Queen Elizabeth.

Thành lập: 30/11/1999

Trụ sở: Farnborough, Vương quốc Liên hiệp Anh và Bắc Ireland

Doanh thu: 22,79 tỷ USD (2017)

Số nhân viên: 82.500 (2017)

Boeing

Là hãng chế tạo máy bay lớn nhất thế giới, cũng là một tập đoàn sản xuất vũ khí hàng đầu thế giới.

Vào năm 1938, Boeing chế tạo thành công máy bay 307 Stratoliner, là máy bay chuyên chở đầu tiên trên thế giới có cabin được bơm khí nén, có khả năng bay cao 20.000 ft, vượt trên các biến động thời tiết. Trong chiến tranh thế giới thứ hai, Boeing tập trung sản xuất các máy bay ném bom và thu hút rất nhiều nhân viên là vợ những người lính. Trong năm 1944, thời điểm mạnh nhất, Boeing cho xuất xưởng 350 máy bay trong một tháng. Sau những năm 50 (thế kỷ 20), Boeing phát triển những sản phẩm mới, tên lửa điều khiển tầm ngắn được dùng để đánh chặn máy bay đối phương. Qua thời kỳ chiến tranh lạnh, Boeing sản xuất tên lửa liên lục địa. Vào năm 1967, Boeing giới thiệu với thế giới máy bay chở khách tầm ngắn và tầm trung hai động cơ B737. Đây là máy bay phản lực dân dụng bán chạy nhất trong lịch sử ngành hàng không.

Thành lập: 1916

Trụ sở chính: Chicago, Illinois, United States.

Sản phẩm: Máy bay thương mại, máy quân sự, đạn dược, các hệ thống tàu vũ trụ.

Doanh thu: 29,51 tỉ USD (2017)

Số nhân viên: 152.091 (2005)

Northrop Grumman

Là nhà thầu vũ khí lớn thứ tư của chính phủ Mỹ. Đi đầu thế giới về công nghệ hàng không vũ trụ và tàu hải quân. Tàu sân bay lớp Nimitz do Northrop Grumman sản xuất giữ vị trí trí quan trọng trong hải quân Mỹ. Nhiều sản phẩm hiện đại do hãng này chế tạo như hệ thống radar mặt đất, hệ thống cảm biến cho máy bay không người lái. Sản phẩm đắt đỏ và nổi tiếng nhất của Northrop Grumman là máy bay tàng hình B-2 với chi phí sản xuất và nghiên cứu lên tới 3,62 tỉ USD cho mỗi chiếc tính theo thời giá 2021. Chi phí vận hành của B-2 cũng đắt nhất với khoảng 130 ngàn USD cho mỗi giờ bay theo thời giá 2020. Không chỉ ném bom thông thường, B-2 còn mang được cả bom dẫn đường thông minh và bom hạt nhân.

Thành lập: 1994

Trụ sở: Falls Church, Virginia, United States.

Nhà sáng lập: Jack Northrop

Doanh thu: 21,40 tỉ USD (2017)

Số nhân viên: 67.000 (2017)

United Technologies

Là tập đoàn đa quốc gia, nghiên cứu và sản xuất các sản phẩm động cơ máy bay, hệ thống hàng không vũ trụ, thang máy và thang cuốn, hệ thống an ninh, các loại xe phục vụ cho quân sự. United Technologies cũng là một nhà thầu quân sự lớn, chiếm khoảng 10% doanh thu từ chính phủ Mỹ. United Technologies còn sở hữu Sikorsky, một trong những nhà sản xuất máy bay trực thăng lớn nhất thế giới. Khoảng 1/5 tổng doanh doanh thu của United Technologies nhờ vào việc buôn bán vũ khí.

Thành lập: 1934

Trụ sở chính: Farmington, Connecticut, United States.

Người sáng lập: Frederick Rentschler

Doanh thu: 59,837 tỉ USD (2017)

Số nhân viên: 202.797 (2017)

Finmeccanica

Đây là nhà thầu quốc phòng của Ý lớn thứ 9 trên thế

giới dựa trên doanh thu 2014. Finmeccanica có 180 trụ sở trên thế giới. Chính phủ Ý thông qua Bộ Kinh tế và Bộ Tài chính nắm giữ 30,2% cổ phần của công ty này. Các lĩnh vực hoạt động: hàng không vũ trụ, pháo, điện tử, tên lửa, xe chiến đấu, vũ khí, đạn dược và hệ thống phòng thủ.

Thành lập: 1948

Trụ sở chính: Rome, Ý

Doanh thu: 14,14 tỉ EUR (2021)

Số nhân viên: 50.413 (2021)

Lodkheed Martin

Là một nhà sản xuất máy bay chuyên chở và chiến đấu, vũ khí, tên lửa, vệ tinh và cung cấp các giải pháp kỹ thuật tân tiến quốc phòng. Lockheed Martin có các hợp đồng quốc phòng lớn nhất thế giới, 95% doanh thu của tập đoàn này đến từ các cơ quan quan liên bang và Bộ Quốc phòng Mỹ, các khách hàng quân đội nước ngoài. Các sản phẩm nổi tiếng của Lockheed Martin có thể kể: tên lửa Trident, Titan, các máy bay chiến đấu F-16 (mua lại dây chuyền sản xuất từ General Dynamics vào năm 1993), F-22, F-35 và máy bay chuyên chở khổng lồ C-130, tên lửa Atlas và phi thuyền Orion cho NASA. Cũng chính Lockheed Martin là nhà cung cấp 2 vệ tinh viễn thông Vinasat-1 và Vinasat-2 cho Việt Nam.

Thành lập: 1912 (năm 1995 lấy tên ngày nay)

Trụ sở chính: Tổng hành dinh tại Bethesda, Maryland và có địa chỉ trên 45 tiểu bang Hoa Kỳ và 56 nước.

Doanh thu: 40,83 tỉ USD, dự trữ $74 tỉ, tiền mặt tự do $2,155 tỷ.

Số nhân viên: 135.000

EADS

Là nhà thầu quân sự lớn thứ hai của châu Âu. Sản phẩm chủ yếu cung cấp cho các thị trường Trung Đông, Bắc Mỹ và EU. Trong tập đoàn EADS, Đức kiểm soát 22,5% cổ phần, Pháp sở hữu 15%. Doanh thu từ việc bán vũ khí chỉ chiếm 27% trên tổng doanh thu của EADS. Sản phẩm chính của EADS bao gồm hàng không vũ trụ, tên lửa, điện tử. Ngoài máy bay dân dụng nổi tiếng Airbus, tập đoàn này còn chế tạo máy bay tiếp nhiên liệu Airbus Military, máy bay lên thẳng hàng đầu thế giới Eurocopter. EADS còn có cổ phần trong liên doanh MBDA chuyên chế tạo các hệ thống tên lửa.

Thành lập: 2000

Trụ sở: Toulouse, Pháp.

Doanh thu từ bán vũ khí: 16,36 tỉ USD (2010)

Số nhân viên: 121.690

Norinco

Tập đoàn Quân khí Trung Quốc TNHH China North Industries Group Corporation Limited được viết tắt chính thức là Norinco, sản xuất nhiều loại sản phẩm dân dụng và quân sự. Norinco là một trong những nhà thầu quốc phòng lớn nhất thế giới.

Norinco sản xuất súng cầm tay, súng phóng, xe bọc

thép, xe tăng, máy bay, UAV, pháo, bom, hệ thống tấn công chính, tên lửa, hệ thống chống tên lửa, vũ khí phóng từ trên không, vũ khí và bộ công cụ tấn công, sản phẩm nhìn đêm, vũ khí áp suất xa, máy móc, radar, sản phẩm quang điện tử, thiết bị kỹ thuật, hóa chất, chất nổ và vật liệu nổ, hệ thống phá hủy hiệu quả cao, thiết bị chống bạo loạn, súng cầm tay dân dụng, quân sự và đạn dược.

Thành lập: 1980

Trụ sở chính: Bắc Kinh, Trung Quốc

Doanh thu: 14,54 tỉ USD.

NGÀY THỨ SÁU TUẦN THÁNH

"Vì biết rằng mọi sự đã hoàn tất, để lời Kinh Thánh được ứng nghiệm, Chúa Giêsu nói: "Ta khát!". Ở đó có một bình dấm. Họ liền lấy miếng bông biển thấm đầy dấm cắm vào đầu ngành hương thảo đưa lên miệng Người. Khi đã nếm dấm rồi, Chúa Giêsu nói: "Mọi sự đã hoàn tất!" Và Người gục đầu xuống trút hơi thở cuối cùng."

(Ga 19,28-30)

Khởi đầu của lịch sử nhân loại, Thượng đế đã để cho Cain giết em ruột mình là Abel. Sự phân tranh mang tính định mệnh ấy sẽ không có hồi kết. Và rồi, chính Chúa cũng đã chọn cái chết bởi sự phản bội của con người để con người đóng đinh sứ mệnh phân tranh của mình. Chúa có cứu chuộc hay không thì cái ác vẫn hoành hành và cái ác vẫn là một nguyên cớ sinh thành cuộc sống bên cạnh cái thiện. Cho dù có cái phi thiện, phi ác chăng nữa thì sự đau khổ của con người vẫn là một hiện thực, mãi mãi.

Vào đầu thế kỷ thứ 13 sau công nguyên, từ thảo nguyên hoang dã ở phương Đông, Thành Cát Tư Hãn đem quân càn quét mọi thành trì từ Á sang Âu thiết lập đế chế thống trị Mông Cổ của mình trên một bờ cõi rộng lớn nhất trong lịch sử nhân loại. Riêng Thành Cát Tư Hãn đã trực tiếp chỉ huy 97 trận đánh lớn nhỏ và làm sụt giảm 11% dân số thế giới vào thời điểm đó, giết chết khoảng 45 triệu người. Có những nơi, Thành Cát Tư Hãn cho thuộc hạ giết sạch toàn bộ quân lính đối phương và dân chúng, kể cả phụ nữ và trẻ em, nếu nơi đó không chịu đầu hàng. Thành Cát Tư Hãn cũng đã để lại cho thế giới ngày nay khoảng 16 triệu hậu duệ mang gene di truyền của mình.

Trong lúc vó ngựa của đội quân Thành Cát Tư Hãn vẫn đang dày xéo các thành trì ở đâu đó trên mặt đất, tại một quán cà phê đầu hẻm, có hai bàn cờ tướng của mấy ông già về hưu đánh giết thì giờ, bên cạnh một bàn cờ thế của một gã trung niên đánh ăn tiền.

Một ông già vừa thua cuộc, móc bóp đặt tờ tiền 200 xuống bàn. Ông ta đứng lên, quăng lại một tiếng, lồn. Rồi đi.

Ngày thứ bảy không bao giờ đến.

8/2022

MỤC LỤC

Những con mèo lang chạ   5
giữa lưng chừng ngọn gió

Đợi thêm chút nữa   92

Những kẻ giết người   126

Của Chúa và Ma Quỉ   172

NGUYỄN VIỆN

Tên khai sinh: NGUYỄN VĂN VIỆN

Sinh ngày: 1.2.1949 tại Đồng Xá, Hải Dương.

Hiện sống và viết tại Saigon.

Chủ trương: Nhà xuất bản Cửa.

Từng làm việc tại các báo:

Thanh Niên, Gia Đình và Xã Hội, Thể Thao và Văn Hóa, Đẹp, Saigon City Life...

Tác phẩm đã xuất bản:

- *Trinh nữ* (tập truyện). NXB Đồng Nai, 1995. Việt Nam.
- *Bố mẹ và con và...* (tạp bút). NXB Trẻ 1997. Việt Nam.
- *Hạt cát mang bóng đêm* (tiểu thuyết). NXB Trẻ 1998. Việt Nam.
- *Rồng và Rắn* (tiểu thuyết). Tổ hợp xuất bản Miền Đông Hoa Kỳ, 2002. Hoa Kỳ.
- *Thời của những tiên tri giả* (tiểu thuyết). NXB Công An Nhân Dân, 2003. Việt Nam.
- *Chữ dưới chân tường* (tiểu thuyết). NXB Văn Mới, 2004. Hoa Kỳ.
- *26 LầnTờbờlờ* (tiểu thuyết). NXB Cửa, 2008. Việt Nam.
- *Cơn bấn loạn bằng phẳng* (tiểu thuyết). NXB Cửa, 2008. Việt Nam.
- *Em có gì bí mật, hãy mail cho anh* (tiểu thuyết). NXB Cửa, 2008. Việt Nam..
- *Nín thở & chạy & một hơi* (thơ). NXB Cửa, 2008. Việt Nam.
- *Đi & Đến* (tập truyện). NXB Cửa, 2009. Việt Nam.
- *Ngồi bên lề rất trái* (truyện & kịch). NXB Cửa, 2011. Việt Nam.
- *Nhảy múa để chết* (tiểu thuyết). NXB Tiếng Quê Hương, 2013. Hoa Kỳ.

- *Đĩ thúi* (tiểu thuyết). NXB Cửa, 2013. Việt Nam.
- *Đĩ thúi & phần còn lại ở cõi chết* (tiểu thuyết). NXB Chương Văn, 2015. Hoa Kỳ.
- *Em có gì bí mật, hãy mail cho anh* (phiên bản mới). NXB Sống, 2015. Hoa Kỳ.
- *Ma & Người* (tiểu thuyết). NXB Tiếng Quê Hương, 2018. Hoa Kỳ.
- *Trong hàng rào kẽm gai, tôi thở* (thơ). NXB Nhân Ảnh, 2018. Hoa Kỳ.
- *Thần thánh không biết bơi* (tiểu thuyết). NXB Mở Nguồn, 2019. Hoa Kỳ
- *Thảo mai trên dốc gió* (tiểu thuyết). NXB Mõm Vuông, 2021. VIệt Nam
- *Nu Na Nu Nống* (truyện), NXB Cửa, 2023. Việt Nam.

NXB GIẤY VỤN tái bản (Amazon phát hành) 2016:

- *Rồng và Rắn*

- *Chữ dưới chân tường*

- *26 lần TờBờLờ*

- *Cơn bấn loạn dưới đất* (tựa cũ: Cơn bấn loạn bằng phẳng)

- *Đi tới cuối đường...* (tựa cũ: Đi & Đến)

- *Ngồi bên lề, rất trái...*